திருப்புமு

திருப்புமுனை

S. நடராஜன்

எழுத்து பிரசுரம்

Title: Thiruppumunai
Author's Name: S. Natarajan

Published by Ezutthu Prachuram

Ezutthu Prachuram
(An imprint of Zero Degree Publishing)
No.75 & 76, I Floor, Kuppusamy Street,
Balaji Nagar,
Padi,
Chennai - 600050

Website: www.zerodegreepublishing.com
E Mail id: zerodegreepublishing@gmail.com
Phone: 89250 61999

Ezutthu Prachuram First Edition : August 2025

ISBN : 978-93-48439-18-5

TITLE NO EP : 583

Rs.120/-

Layout: G.Selva kumar
Cover Design: S. Natarajan
Printed at Rathna Offset, Chennai, India

பொருளடக்கம்

எழுத்தாளர் பா.ராகவன் அவர்களுக்கு
இந்நூலைக்
காணிக்கையாக்குகிறேன்.

முன்னுரை

அரசியல், சமூகம் மற்றும் பொருளாதாரம் ஆகிய தளங்களில் நம் நாட்டில் பல்வேறு திருப்புமுனைச் சம்பவங்கள் நிகழ்ந்தவண்ணம் இருக்கின்றன. அவற்றுள், இருபது நிகழ்வுகள் குறித்த ஒரு சுருக்கமான அறிமுகமே இந்நூல்.

ஒவ்வொரு சம்பவத்தையும் குறித்த முழுமையான வரலாற்றுப் பதிவை வழங்குவது இந்த நூலின் நோக்கமன்று! மாறாக, ஒவ்வொரு நிகழ்வின் பின்னணியையும், அதனால் ஏற்பட்ட விளைவையும் குறித்த ஓர் அறிமுகத்தைத் தரும் முயற்சியே இந்நூல்.

மக்கள் எழுச்சி, நீதிமன்றத் தீர்ப்புகள், தொழில்நுட்ப வளர்ச்சி, தலைவர்கள் எடுத்த துணிச்சலான முடிவுகள் ஆகியவை நம் நாட்டின் போக்கை முன்னேற்றும் முக்கியக் காரணிகளாக விளங்கியுள்ளன. அவற்றைக் குறித்த ஒரு பருந்துப் பார்வையை இந்த நூலில் காணலாம்.

இந்த நூலின் உருவாக்கத்தில், ரயில்வே வாரிய நூலகம் மிகுந்த பங்கு வகித்துள்ளது. கிடைத்தற்கரிய பல புத்தகங்களைக் கொண்டிருக்கும் அந்நூலகம், இந்நூலை எழுதுவதற்குப் பேருதவி புரிந்துள்ளது. அதேபோல, பல முக்கியமான புத்தகங்களை மின்னணு வடிவில் வைத்துள்ள *Amazon Kindle, Everand* மற்றும் *Perlego* ஆகிய செயலிகளும் இந்த நூலை எழுதுவதில் மிகுந்த உதவி புரிந்துள்ளன.

இந்த நூலில் எடுத்துரைக்கப்பட்ட நிகழ்வுகளை விடவும், அதிமுக்கியமான திருப்புமுனைச் சம்பவங்கள் கட்டாயமாக இருக்கும். அத்தகைய சம்பவங்களைக் குறித்து இந்த நூலில் விளக்காமல் போன குறையைப் பொறுக்க வேண்டும்.

எந்தவொரு அரசியல் கட்சிக்கும், தலைவருக்கும் ஆதரவாகவோ, அல்லது எதிர்ப்பாகவோ இந்த நூல் எழுதப்படவில்லை. அதேபோல, எவ்விதமான இசத்தையும் இந்த நூல் ஆதரிக்கவோ அல்லது எதிர்க்கவோ இல்லை. வரலாற்று நிகழ்வுகளைக் குறித்த பார்வைகள் என்ற அளவில் இந்தப் புத்தகத்தை அணுகுமாறு கேட்டுக்கொள்கிறேன்.

நாட்டின் போக்கையே புரட்டிப் போட்ட நிகழ்வுகள் குறித்து, இன்னும் அதிகமாக அறிந்துகொள்ளும் ஆர்வத்தை இந்த நூல் தூண்டுமானால், நூலை எழுதியதன் நோக்கம் நிறைவேறியதாகக் கருதுவேன்.

★★★

1. ரயில் பயணம்

எத்தனையோ ரயில் வண்டிகள் அன்றாடம் பயணித்துக் கொண்டிருக்கின்றன. எத்தனையோ நபர்களை அவை ஏற்றிக்கொண்டு பயணப்பட்டிருக்கின்றன. அனைத்துப் பயணங்களும் திருப்புமுனைகள் ஆவதில்லை. அவ்வாறே ஆகியிருந்தாலும், அவை இந்தத் திருப்புமுனையைப் போல ஆகியிருக்குமா என்பது ஐயமே!

அன்று ஜூன் ஏழாம் தேதி, 1893ஆம் ஆண்டு. இருபத்து மூன்று வயதான இளம் பாரிஸ்டர் மோகன்தாஸ் கரம்சந்த் காந்தி, ரயிலில் பயணித்துக்கொண்டிருந்தார். தென்னாப்பிரிக்காவில் டர்பனிலிருந்து *(Durban)* ப்ரீட்டோரியா *(Pretoria)* வரையிலான அவருடைய அப்பயணம், முதல் வகுப்பில் நிகழ்ந்துகொண்டிருந்தது. பயணத்தில், தன்னுடைய ஒரு வார தென்னாப்பிரிக்க அனுபவத்தை அவர் அசைபோட்டிருக்கக்கூடும்.

மே 1893 இறுதியில் நடல் *(Natal)* துறைமுகத்தில் தாம் வந்திறங்கிய போதே, இந்தியர்கள் அங்கு இழிவாக நடத்தப்படும் விதத்தைக் காந்தி கவனித்தார். டர்பன் நீதிமன்றத்தில் அவர் வழக்காட எழுந்தபோது, அவருடைய தலைப்பாகையைக் கழற்றி வைத்து வாதாடுமாறு நீதிபதி கூறினார். அங்கு அமர்ந்திருந்த ஏனைய இஸ்லாமியர்கள், பார்சிகள் ஆகியோரும் தலைப்பாகை அணிந்திருந்தனர். ஆனாலும், காந்தி அணிந்த தலைப்பாகைக்கு மட்டுமே நீதிபதி ஆட்சேபம் தெரிவித்திருந்தார். அங்கு நிலவிய

இனவெறியின் தீவிரம், காந்திக்கு அப்போதே புரிந்திருக்கும்! இருப்பினும் அவர் அதை மறக்காமல் இருக்கும் வண்ணம், அந்த ரயில் பயணத்தில் இன்னொரு நிகழ்வு அரங்கேறியது.

முதல் வகுப்பில் காந்தி பயணித்ததைக் கண்டு அருவருத்த ஓர் ஐரோப்பியன், நடத்துனரிடம் முறையிட்டான். "கூலி" என்று விளிக்கப்பட்டார் காந்தி. முதல்தர வகுப்பில் காந்தி பயணிக்கக் கூடாதென்று அவருக்குக் கூறப்பட்டது. மறுத்த காந்தி, முதல் வகுப்பிலிருந்து வெளியேற்றப்பட்டார். பீட்டர்மாரிட்ஸ்பர்க் *(Pietermaritzburg)* ரயில் நிலையத்தில் அந்த இரவு வேளையில் காந்தி இறக்கிவிடப்பட்டார். அவருடைய பெட்டி, படுக்கைகளை ஒரு காவலாளி அந்த ரயில் நிலையத்தில் தூக்கிப் போட்டான். பேராவேசத்தோடு இரைச்சலிட்டுக்கொண்டு புகைவண்டி கிளம்பிப் போனது.

அன்றைய குளிர்ந்த இரவை, ரயில் நிலையத்தின் காத்திருப்போர் அறையில் காந்தியடிகள் கழித்தார். இனவெறி குறித்து அன்றிரவு அவர் பலவாறாகச் சிந்தித்திருப்பார். இனவாதத்தைத் தீவிரமாக எதிர்க்க அன்று முடிவெடுத்திருப்பார்.

பின்னாளில், இச்சம்பவம் குறித்து ரயில்வேயின் பொது மேலாளருக்குக் காந்தியடிகள் புகாரளித்தார். ரயில்வே ஊழியர்கள் செய்தது சரியே என்று அவருக்குப் பதில் கிடைத்தது. காந்தியை இன்னும் போராட இந்நிகழ்வு ஊக்கம் தந்திருக்கும். தென்னாப்பிரிக்காவிலும், பிறகு இந்தியாவிலும் இத்தகைய அடக்குமுறைகளை எதிர்த்தார் காந்தி. அதற்கெல்லாம் ஆதார நிகழ்வாக இந்நிகழ்வைக் கருதலாம்.

மொத்தத்தில் இந்த நிகழ்வு, காந்தியடிகளுக்கு மட்டும் திருப்புமுனை அன்று- இந்திய விடுதலைப் போராட்டத்திற்கும் இதுவே திருப்புமுனை!

உதவிய வலைதளங்கள்:

1) https://www.mkgandhi.org/storyofg/chap05.php?

2) https://indianexpress.com/article/india/125-years-of-satyagraha-today-on-june-7-mahatma-gandhi-was-thrown-off-a-train-in-south-africa-5207526/

3) https://www.hcipretoria.gov.in/eoi.php?id=Africa

★★★

2. ஒரு விலகல்

ஈரோடு நகராட்சி மன்றத்தின் தலைவராகப் பொறுப்பேற்றது முதல் *(1918)*, பம்பரமாகப் பணியாற்றி வந்தார் பெரியார். பல ஆண்டுகளாக நகரில் நிலவி வந்த குடிநீர் பிரச்சனையைத் தீர்த்து வைத்தார். அவருடைய செயல்திறன் குறித்துக் கேள்விப்பட்டார் சேலம் நகராட்சி மன்றத் தலைவரான இராஜாஜி. பெரியாரின் செயல் நேர்த்தியால் ஈரக்கப்பட்ட இராஜாஜி, அவருடன் பழகத் துவங்கினார்.

இந்தியா முழுவதிலும் காங்கிரஸ் கட்சிக்குச் செல்வாக்கு மிகுந்திருந்தது. இருப்பினும், மதராஸ் மாகாணத்தில் நீதிக்கட்சியின் செல்வாக்கே மிகுதி. எனவே, மதராஸ் மாகாணத்தில் காங்கிரசைப் பலப்படுத்த வேண்டும். இதற்குச் செல்வாக்கு மிகுந்த செயல் வீரர் ஒருவர் காங்கிரசில் இருக்கவேண்டும். அவர் பார்ப்பனராக இல்லாதிருத்தல் நலம்- ஏனெனில், அவரை முன்வைத்தால் பொது மக்களிடையே கட்சியின் செல்வாக்கு கூடும். தவிரவும், பார்ப்பனர் அல்லாத நீதிக் கட்சியின் தலைவர்களுக்கு மாற்றாக காங்கிரசின் அத்தலைவரை விளம்பரப்படுத்தலாம். இவ்வாறான எண்ண ஓட்டங்கள், இராஜாஜியிடம் இருந்திருக்கக் கூடும். விளைவு- காங்கிரசில் சேருமாறு பெரியாரிடம் இராஜாஜி கோரினார். பார்ப்பனர் அல்லாதவர்க்குக் காங்கிரஸ் இயக்கத்தில் சம வாய்ப்பளிக்க உறுதியளித்தால், காங்கிரசில் சேர்வதாகப் பெரியார் கூறினார். உத்தரவாதம்தானே? அளித்தால் போயிற்று! அடுத்த காங்கிரஸ் மாநாட்டில் அதற்கான ஏற்பாடுகளைச்

செய்துவிடலாம் என்று கூறப்பட்டது. பெரியார் காங்கிரசில் சேர்ந்து, காந்தியடிகளின் தொண்டரானார். (1919)

காந்தியடிகள் தொடங்கிய ஒத்துழையாமை இயக்கத்தில் (1920) பங்கேற்ற பெரியார், தாம் வகித்த ஈரோடு நகராட்சி மன்றத் தலைவர் உள்ளிட்ட 29 பதவிகளைத் துறந்தார். தம் பெயரில் குடும்பம் நடத்தி வந்த கடையை மூடினார். ஊர் ஊராக கதர்த் துணிகளைச் சுமந்து சென்று விற்றார். 1921இல் காந்தியடிகள் கள்ளுக்கடை மறியலுக்கு அழைப்பு விடுத்தார். உற்சாகத்தோடு களம்கண்ட பெரியார், தன்னுடைய தோட்டத்தில் இருந்த ஐநூறு தென்னை மரங்களையும் வெட்டி வீழ்த்த உத்தரவிட்டார். தென்னங்கள் கூடாது அல்லவா! இத்தோடு நிற்காமல் கள்ளுக்கடை மறியல் போராட்டத்திலும் கலந்துகொண்டு சிறை சென்றார். அவருடைய போராட்டத்தை, அவருடைய மனைவியும், அன்னையும் தொடர்ந்து நடத்தினர். காங்கிரஸ் வளர பெரியார் இவ்வளவு செய்தார் அல்லவா! பெரியாரின் கோரிக்கைக்கு காங்கிரஸ் என்ன செய்தது?

1920இல் திருநெல்வேலியில் மாகாண காங்கிரஸ் மாநாடு நடைபெற்றது. தீர்மானக்குழுவில் பெரியார் கொண்டுவந்த வகுப்புவாரித் தீர்மானம் வெற்றிபெற்றது. மாநாட்டிற்குத் தலைமை தாங்கிய திரு.S. சீனிவாச ஐய்யங்கார், "இது பொதுநலத்திற்குக் கேடுதரும் தீர்மானம்!" என்று கூறி, மாநாட்டில் அத்தீர்மானத்தைக் கொண்டுவர அனுமதி மறுத்தார்.

1921இல் தஞ்சையில் மாநாடு. மாநாட்டிற்குத் தலைமை தாங்கிய இராஜாஜி, "இதனைக் கொள்கையாக வைத்துக்கொள்வோம், ஆனால் தீர்மானமாக நிறைவேற்ற வேண்டிய அவசியமில்லை!" என்று கூறிவிட்டார்.

1922இல் திருப்பூர், 1923இல் சேலம் என்று ஆண்டுக்காண்டு காங்கிரஸ் மாகாண மாநாடு நடந்த ஊர்கள் மாறின. தலைமையேற்ற நபர்கள் மாறினர். முடிவு அதேதான்- வகுப்புவாரித் தீர்மானம் பரிசீலனைக்கே எடுத்துக்கொள்ளப்படவில்லை. அது குறித்த பேச்சை எடுத்தாலே மாநாட்டில் கூச்சல், குழப்பம், கலவரம். பிறகு, தலைவர்கள் பேசிக் கூட்டத்தை அமைதிப்படுத்துவர். மேற்கொண்டு குழப்பம் விளையாமல் இருக்கவேண்டி, வகுப்புவாரித் தீர்மானம் தள்ளி வைக்கப்படும். இதுவே தொடர்கதையானது.

*1924*ஆம் ஆண்டு திருவண்ணாமலையில் நடந்த மாநாட்டிற்குத் தலைவர் பெரியார்! எனவே, அவ்வாண்டு வகுப்புவாரித் தீர்மானம் நிறைவேற்றப்படலாம் என்ற எதிர்பார்ப்பு இருந்தது. "புறக்கணிக்கப்பட்டு, ஒடுக்கப்பட்டிருக்கும் பிராமணர் அல்லாதார், சமுதாயத்தில் சமவாய்ப்பும் வசதியும், சம உயர்வும் உரிமையும் பெற வேண்டுமானால், வகுப்புவாரிப் பிரதிநிதித்துவக் கொள்கையையும், சமூக நீதி முறையையும் நடைமுறைப்படுத்த வேண்டும்!" என்று மாநாட்டில் பெரியார் முழங்கியும் தீர்மானம் நிறைவேற்றப்படவில்லை.

*1925*ஆம் ஆண்டு காஞ்சியில் மாநாடு நடந்தது. திரு.வி.க. தலைமையேற்ற இந்த மாநாட்டிலும் அதே கதி! கொதிநிலையைக் கடந்தார் பெரியார். பார்ப்பனீய மயமாகிய காங்கிரஸ் இயக்கத்தால், பார்ப்பனர் அல்லாத மக்களுக்கு எவ்வித நன்மையும் நடக்கப் போவதில்லை; எனவே, காங்கிரசை ஒழித்துக் கட்டுவதே தன் வேலை என்று முழக்கமிட்டார். துண்டைத் தூக்கித் தோளில் போட்டுக்கொண்டு மாநாட்டை விட்டு வெளியேறினார்.

"சுயமரியாதை இயக்கம்" துவங்கிய பெரியார் (*1925*), காங்கிரஸ் இயக்கத்தையும், அதன் தலைவர்களையும் கடுமையாக விமர்சித்தார். பெரியாரிடம் பயின்ற அறிஞர் அண்ணா, பின்னாளில் தமிழ்நாட்டின் முதல்வரானார். இன்றுவரை, திராவிடக் கட்சிகளின் ஆட்சியையே தமிழ்நாடு கண்டுவருகிறது. அனைத்திற்கும் வித்திட்டவர் பெரியார். அவரை அவ்வாறு செய்ய வைத்துத் திருப்புமுனையை ஏற்படுத்தியது காஞ்சியில் நடைபெற்ற மாகாண காங்கிரஸ் மாநாடு!

உதவிய நூல்கள் / வலைதளங்கள்:

1) திராவிட இயக்க வரலாறு (முதல் தொகுதி) - டாக்டர் நாவலர் இரா. நெடுஞ்செழியன்- நாவலர் நெடுஞ்செழியன் கல்வி அறக்கட்டளை

2) பெரியார்- ஆர். முத்துக்குமார் - கிழக்கு பதிப்பகம்

3) *https://www.tamildigitallibrary.in*

4) *https://www.hindustantimes.com/india-news/periyars-imprint-on-tamil-nadu-politics-101722971537494-amp.html*

5) *https://www.pmu.edu/centres/pdf/Biographical_Sketch.pdf*

★★★

3. நட்பும் பிரிவும்

வாழ்வில் ஒன்றிற்கு மேற்பட்ட திருப்புமுனைகள் ஏற்படுவது அரிதில்லை. ஆனால், அத்தகைய திருப்புமுனைகள் யாவும் ஒருவராலேயே ஏற்படுவது சற்று அரிது.

முதலில் மதுரை ஒரிஜினல் பாய்ஸ் கம்பெனி; பிறகு கந்தசாமி முதலியார் கம்பெனி- நாடகக் குழுக்களில் சிறுவயது முதல் நடித்து வந்தார் "சின்னவர்". வளர்ந்ததும் திரைப்படங்களில் கதாநாயகனாக நடிக்க ஆசைப்பட்டார். துவக்கத்தில் சிறிய வேடங்களே கிடைத்தன. காலம் கடந்தது. முதலில் "ராஜகுமாரி" கிடைத்தாள். பிறகு, "மந்திரிகுமாரி" கிடைத்தாள். மூன்றாவதாக "மருதநாட்டு இளவரசி"யும் கிடைத்தாள். மூன்றிலும் அவர்தான் நாயகன். ஆனால், மூன்றும் வெற்றிபெற முக்கியக் காரணம்- அவற்றின் வசனகர்த்தா! எம்ஜிஆருக்குத் திரையுலக வாழ்வில் கலைஞரால் திருப்புமுனை ஏற்பட்டது. "புரட்சி நடிகர்" என்ற பட்டத்தை எம்ஜிஆருக்கு அளித்தார் கலைஞர்.

இருவரும் நண்பர்கள் ஆகினர். காங்கிரஸ் இயக்கத்தின் மீது ஈடுபாடு கொண்டிருந்த எம்ஜிஆரை, திமுகவிற்கு அழைத்து வந்தார் கலைஞர். 1953இல் திமுகவில் சேர்ந்தார் எம்ஜிஆர். "ஆயிரம் ஆண்டுகளுக்கு ஒருமுறை காய்த்துக் கனிகிற நெல்லிக்கனிதான் எம்.ஜி.ஆர். அந்தக் கனி யார் மடியில் விழும் என்று எல்லா அரசியல்வாதிகளும் காத்திருந்தார்கள். அது என் மடியில் விழுந்தது. அதை எடுத்து என் இதயத்தில் வைத்துக்கொண்டேன்!" என்று

அறிஞர் அண்ணா பின்னாளில் இது குறித்துப் பெருமிதத்துடன் குறிப்பிட்டார். எம்ஜிஆர் ரசிகர்கள் திமுகவின் அனுதாபிகள் ஆகினர். திமுக தொண்டர்கள் எம்ஜிஆரின் ரசிகர்கள் ஆகினர். திமுகவின் சின்னத்தை, கட்சிக் கொடியை, கொள்கைகளைத் தன் திரைப்படங்களின் மூலம் விளம்பரப்படுத்தினார் எம்ஜிஆர். தேர்தல் சமயத்தில் திமுக வேட்பாளர்களை ஆதரித்துப் பிரச்சாரம் செய்தார். "அவர் முகத்தைக் காட்டினாலே முப்பதாயிரம் ஓட்டுகள் விழும்!" என்று அண்ணா புகழும் அளவுக்குச் செல்வாக்கு கொண்டிருந்தார் எம்ஜிஆர்.

1967 தேர்தல் சமயத்தில் எம்ஜிஆரின் வீட்டிற்குச் சென்றார் எம்.ஆர்.ராதா. எம்ஜிஆரைத் துப்பாக்கியால் சுட்டுவிட்டுத் தன்னையும் சுட்டுக்கொண்டார். "திமுகவின் வெற்றிக்காக காமராஜரைக் கொலை செய்ய எம்.ஜி.ஆர் சதிசெய்தார். அதைத் தடுத்து நிறுத்தவே எம்.ஜி.ஆரைத் துப்பாக்கியால் சுட்டார் எம். ஆர். ராதா" என்பதுதான் அதற்குக் கூறப்பட்ட காரணம். ஆனால், காமராஜரைக் கொல்லவேண்டிய காரணம் ஏதும் இருந்திருக்கவில்லை எம்ஜிஆருக்கு. எது எப்படியோ, கழுத்தில் கட்டுடன் எம்ஜிஆர் கையெடுத்துக் கும்பிடும் புகைப்படம் கொண்ட சுவரொட்டிகள் தமிழகமெங்கும் ஒட்டப்பட்டன. காண்பவர் கண்கள் குளமாகின. அந்தத் தேர்தலில் திமுக வெற்றிபெற்று ஆட்சியமைக்க இதுவும் ஒரு முக்கியக் காரணம்.

அண்ணா 1969இல் காலமான பிறகு, நாவலர் நெடுஞ்செழியன்தான் முதல்வர் ஆகியிருக்க வேண்டும். ஆனால், கலைஞருக்கு ஆதரவாகப் பலர் இருந்தனர். நண்பனுக்குத் தீவிரமாக ஆதரவு திரட்டினார் எம்ஜிஆர். திமுக சட்டமன்ற உறுப்பினர்களை ராமாவரம் தோட்டத்துக்கு அழைத்து விருந்து கொடுத்தார். போட்டியிலிருந்து விலகிக்கொண்டார் நெடுஞ்செழியன். முதல்வரானார் கலைஞர். பதிலுக்கு எம்ஜிஆருக்கு மரியாதை செய்ய வேண்டாமா? ஆரம்பித்தார் கலைஞர்.

அமைச்சரவையில் எம்ஜிஆருக்குப் பிடிக்காத ஆதித்தனார் சேர்த்துக்கொள்ளப்பட்டார். சுகாதாரத்துறை அமைச்சர் பதவியைத் தனக்குக் கேட்டார் எம்ஜிஆர். நடிப்பதை விட்டுவிட்டால் அமைச்சர் பதவி அளிக்கப்படும் என்று பதில் தரப்பட்டது. எம்ஜிஆருக்குப் போட்டியாக கலைஞரின் பிள்ளை மு.க.முத்து

திரைத்துறையில் இறக்கப்பட்டார். "எம்ஜிஆருக்குப் போட்டி மு.க.முத்துவா?" என்று பொதுமக்கள் நகைத்துவிட்டுக் கடந்தனர். சில படங்களோடு மு.க.முத்துவும் காணாமல் போனார். ஆனால், எம்ஜிஆர் இதைத் தீவிரமாக எடுத்துக்கொண்டார். கட்சியின் பொருளாளர் என்ற முறையில் கட்சி நிர்வாகிகளின் சொத்துக்கணக்கைக் கேட்டார் எம்ஜிஆர். நான்கு சுவர்களுக்குள் கேட்டிருந்தால் பரவாயில்லை; போதுமேடையில் இதைக் கேட்டார். விளைவு- கட்சியிலிருந்து நீக்கப்பட்டார் எம்ஜிஆர்.

அக்டோபர் 17, 1972 அன்று "அண்ணா திராவிட முன்னேற்றக் கழகம்" என்ற கட்சியைத் துவக்கினார் எம்ஜிஆர். திண்டுக்கல் நாடாளுமன்ற இடைத்தேர்தலில் முதல் வெற்றிகண்டார்- அதுவும் எப்படிப்பட்ட வெற்றி? மத்தியில் ஆண்டுகொண்டிருந்த காங்கிரஸ் கட்சி, மாநிலத்தை ஆண்டுகொண்டிருந்த திமுக- இரண்டையும் புறங்கண்டு, கட்சி துவங்கிய எட்டே மாதங்களில் அதிமுக பெற்ற வெற்றி அது! 1977 சட்டமன்றத் தேர்தலில் வென்று ஆட்சியமைத்த எம்ஜிஆர், தாம் இறக்கும் வரை (1987) ஆட்சியில் இருந்தார். என்ன முயற்சி செய்தும், கலைஞரால் ஆட்சியைப் பிடிக்க முடியவில்லை. இன்றுவரை, திமுகவுக்கு மாற்றுக்கட்சியாக செயல்பட்டு வருகிறது அதிமுக. இதற்கெல்லாம் திருப்புமுனையாக அமைந்தது- எம்ஜிஆரைக் கட்சியை விட்டு நீக்கிய நிகழ்வு.

ஆக, திரைத்துறையில் எம்ஜிஆர் கால்கொள்ள உதவியதும் கலைஞர்தான். அமைச்சர் பதவி கேட்ட எம்ஜிஆரை, முதல்வர் ஆக்கியதும் கலைஞர்தான்.

உதவிய நூல்கள்:

1) "தமிழக அரசியல் வரலாறு-பாகம் 1"- ஆர்.முத்துக்குமார்- கிழக்கு பதிப்பகம்.

2) "திராவிட இயக்க வரலாறு-பாகம் 2"- ஆர்.முத்துக்குமார்- கிழக்கு பதிப்பகம்.

3) "மு.க"- ஜெ.ராம்கி- கிழக்கு பதிப்பகம்.

★★★

4. வேலை வரும் வேளை!

தன்னுடைய அரசியல் வாழ்க்கை ஏறக்குறைய முடிந்தது என்று கருதினார் அவர். தன்னுடைய சொந்த ஊருக்குப் புறப்படத் தயாரானார். அச்சமயத்தில் வரிசையாக நடந்த அரசியல் நிகழ்வுகளின் விளைவால், பதவி அவரைத் தேடிவந்தது. பதவிக்காக எவ்வித முயற்சியும் செய்யாதிருக்கையில், தாமாகப் பதவி தேடிவருவதை விடவும் இன்னொரு திருப்புமுனை இருக்கத்தான் முடியுமா?

1989 மக்களவைத் தேர்தல். ராஜீவ் காந்தி ஆட்சியின் மீதான ஊழல் புகார்கள், அவருடைய 'மிஸ்டர் க்ளீன்' பிம்பத்தைத் தகர்த்திருந்தன. அவருடைய ஐந்தாண்டு கால ஆட்சி நிர்வாகமும் சொல்லத்தக்க அளவில் இல்லாதிருந்தது. விளைவு - முந்தைய தேர்தலில் 414 இடங்களில் வென்றிருந்த காங்கிரஸ், அத்தேர்தலில் 197 இடங்களில் மட்டுமே வெற்றிபெற்றது. நாடாளுமன்றத்தில் தனிப்பெரும் கட்சியாகத் திகழ்ந்தபோதும், மீண்டும் ஆட்சியமைக்க ராஜீவ் மறுத்துவிட்டார். இரண்டாவது பெரும் கட்சியாக, 143 உறுப்பினர்களுடன் ஜனதா தள் கட்சி விளங்கியது. பல்வேறு கட்சிகளுடன் சேர்ந்து அது "தேசிய முன்னணி" என்ற கூட்டணியை உருவாக்கியிருந்தது. பிஜேபி மற்றும் கம்யூனிஸ்ட் கட்சிகள் வெளியிலிருந்து ஆதரவு தர, தேசிய முன்னணி ஆட்சியமைத்தது. VP சிங் பிரதமரானார்.

ஆட்சியமைத்த நாள்முதல், உட்கட்சிப் பூசலைச் சமாளிக்கத் திணறினார் *VP* சிங். சந்திரசேகருக்கும் அவருக்கும் சுத்தமாக ஒத்துவரவில்லை. இன்னொரு பக்கம், அயோத்தி விவகாரம் கொழுந்துவிட்டு எரியத் துவங்கியது. ரதயாத்திரை சென்ற பிஜேபி தலைவர் அத்வானியை, பீகார் முதல்வர் லாலு பிரசாத் யாதவ் கைது செய்தார். மத்திய அரசு இச்செயலை ஆதரிக்க, தன்னுடைய ஆதரவை பிஜேபி திரும்பப் பெற்றது. *VP* சிங் ஆட்சி கவிழ்ந்தது. கட்சியைப் பிரித்து 64 நாடாளுமன்ற உறுப்பினர்களுடன் சந்திரசேகர் வெளியேறினார். சமாஜ்வாதி ஜனதா கட்சி என்னும் பெயரில் கட்சி துவங்கினார். காங்கிரஸ் கட்சி வெளியிலிருந்து ஆதரவு தர, நவம்பர் 1990இல் சந்திரசேகர் பிரதமரானார்.

"தனக்கு அடங்கி நடப்பார் சந்திரசேகர்" என்ற ராஜீவின் கணிப்புகள் பொய்க்கும்படி வேலை செய்தார் சந்திரசேகர். அயோத்தி பிரச்சனையைச் சட்டப்படி தீர்த்துக்கொள்ள இருதரப்பினரையும் சம்மதிக்க வைத்தார். சரிந்திருந்த பொருளாதாரத்தைத் தூக்கி நிறுத்த சீர்திருத்தங்கள் செய்யத் துவங்கினார். அவர் தாக்கல் செய்யப்போகும் பட்ஜெட்டை அனைவரும் எதிர்பார்த்தனர். லண்டனின் *Financial Times*, *"an uncomfortably successful prime minister"* என்று சந்திரசேகரைப் பற்றி எழுதியது. தன்னுடைய தயவால்தான் அவருடைய ஆட்சி நடக்கிறது என்பதைக் காட்ட நினைத்தது காங்கிரஸ்.

ராஜீவின் வீட்டு வாசலில் ஹரியானாவைச் சேர்ந்த இரு போலீஸ் கான்ஸ்டபிள்கள் நின்று, ராஜீவை உளவு பார்த்தனர் என்று புகார் கிளம்பியது. இதற்குச் சந்திரசேகர்தான் காரணமென்று காங்கிரஸ் குற்றம் சுமத்தியது. "எங்கே தன்னுடைய ஆட்சிக்கு அளித்துவரும் ஆதரவைக் காங்கிரஸ் வாபஸ் வாங்கிவிடுமோ?" என்ற பயம் சந்திரசேகருக்கு ஏற்படக்கூடுமென்று காங்கிரஸ் எண்ணியது. இதன்மூலம், தன்னுடைய கட்டுப்பாட்டில் சந்திரசேகர் நடப்பாரென்றும் அது நம்பியது. ஆனால், நடந்ததோ வேறு. ராஜிவின் இத்தகைய சிறுபிள்ளைத்தனமான நடவடிக்கையால் வெறுப்படைந்தார் சந்திரசேகர். தன்னுடைய ராஜினாமாவை நாடாளுமன்றத்தில் அறிவித்தார். இந்தத் திடீர் திருப்பத்தை எதிர்பார்க்கவில்லை ராஜீவ். சந்திரசேகரை அமைதிப்படுத்தி, அவருடைய ராஜினாமாவைத் திரும்பப்பெற வலியுறுத்துமாறு

சரத்பவாரை அனுப்பினார். முயற்சி பலனளிக்கவில்லை. தேர்தல் வந்தது *(1991)*.

தேர்தல் பிரச்சாரம் செய்ய ராஜீவ் திருப்பெரும்புதூர் வந்தார். விடுதலைப் புலிகளால் கொல்லப்பட்டார். பிறகு நடந்த தேர்தலில் 232 இடங்களில் காங்கிரஸ் வென்று நாடாளுமன்றத்தின் தனிப்பெரும் கட்சியாகத் திகழ்ந்தது. "காங்கிரசின் சார்பில் யார் ஆட்சியமைப்பது?" என்ற கேள்விக்குப் பல பதில்கள் தோன்றின. இறுதியில் நரசிம்மராவின் பெயர் தேர்ந்தெடுக்கப்பட்டது. நரசிம்மராவ் - எழுபதுகளில் இரண்டாண்டுகள் ஆந்திராவின் முதல்வராகப் பதவி வகித்தவர். இந்திரா மற்றும் ராஜீவ் ஆகியோரின் அமைச்சரவைகளில் பங்குபெற்றவர். உள்துறை, பாதுகாப்புத்துறை, வெளியுறவுத்துறை ஆகிய முக்கியமான துறைகளின் அமைச்சராகப் பதவி வகித்தவர். பதினேழு மொழிகள் தெரிந்தவர். அப்போதே கணினியைப் பயன்படுத்தத் தெரிந்தவர். இவ்வாறு பல சிறப்புகள் பெற்றிருந்த நரசிம்மராவிற்கு 1991 தேர்தலில் போட்டியிடவே சீட் அளிக்கப்படவில்லை. தன்னுடைய அரசியல் வாழ்க்கை முடிவிற்கு வந்ததாக உணர்ந்தார் நரசிம்மராவ். தில்லியை விட்டு ஹைதராபாத் சென்றுவிட முடிவெடுத்திருந்தார். அத்தகைய சூழலில்தான் இல்லம் தேடிப் பிரதமர் பதவி வந்தது அவருக்கு.

"ஹரியானா கான்ஸ்டபிள்களின் விவகாரம் திருப்புமுனையாக மாறும்; தனக்குப் பிரதமர் பதவியைத் தரும்!" என்று அச்சம்பவம் நடந்தபோது நரசிம்மராவ் நினைத்திருப்பாரா என்ன?

உதவிய நூல்கள்:

1) *"Chandra Shekhar - The last icon of ideologist politics"- Harivansh and Ravi Dutt Bajpai - Roopa Publications.*

2) *"1991- How P.V.Narasimha Rao made history?"- Sanjaya Baru - Aleph Book Company.*

★★★

5. உண்ணாநோன்பு

பிரிட்டிஷ் ஆட்சிக்காலத்தில் சிறியதும், பெரியதுமாக மாகாணங்களும் *(Provinces)*, சமஸ்தானங்களும் *(Princely States)* நாட்டில் இருந்தன. விடுதலைப் போராட்டத்தில் ஈடுபட்டிருந்த காங்கிரஸ், மொழிவாரி மாகாணப் பிரிவிற்குக் குரல் கொடுத்திருந்தது. மாகாணக் காங்கிரஸ் கமிட்டிகள், மொழிகளின் அடிப்படையில் பிரிக்கப்பட்டு, அமைக்கப்பட்டன. காந்தியடிகளும், நேருவும் மொழிவாரி மாகாணங்கள் உருவாவதில் விருப்பம் தெரிவித்திருந்தனர். இவையெல்லாம் நாடு விடுதலை பெறுவதற்கு முன்பு!

விடுதலை பெற்றபிறகு, நாட்டின் மாகாணங்கள் மற்றும் சமஸ்தானங்கள் நான்கு பிரிவுகளாக வகைப்படுத்தப்பட்டன. *Part-A, Part-B, Part-C* மற்றும் *Part-D* என்று ஒரு மாதிரியான பகுப்பில் அவை வைக்கப்பட்டிருந்தன. விடுதலைக்கு முன்பு கூறியதைப் போல, மொழிவாரி மாகாணங்களைக் காங்கிரஸ் அமைக்க வேண்டியதுதானே என்று தோன்றலாம். மொழிகளின் அடிப்படையில் மாநிலங்கள் அமைப்பதில் விருப்பமற்றுப் போனது நேருவிற்கு. காரணம், பாகிஸ்தான் பிரிவினை. மதத்தின் அடிப்படையில் நாடு அப்போதுதான் துண்டாடப்பட்டிருந்தது. இந்நிலையில், மொழிவாரி மாகாணக் கோரிக்கைகள் மேலும் பிரிவினைக்கு வித்திடுமோ என்று நேரு கவலையுற்றார். நாட்டின் ஒற்றுமைக்கு முதலில் முக்கியத்துவம் அளித்தார் நேரு.

நேருவின் இந்த எண்ணத்திற்கு ராஜாஜியும், சர்தார் படேலும் ஆதரவளித்தனர்.

இது குறித்து ஆராய்ந்து பரிந்துரைகள் தந்திட "மொழிவாரி மாகாணங்கள் ஆணையம்" *(Linguistic provinces commission)* அமைக்கப்பட்டது *(1948)*. *S.K.Dhar* என்பவரின் தலைமையில் அமைக்கப்பட்ட அவ்வாணையம் "*Dhar commission*" என்றும் அழைக்கப்பட்டது. "தேசியவாதத்தின் வளர்ச்சிக்கு இடையூறாக விளங்கும் எவையும் நிராகரிக்கப்படவேண்டும். இந்தச் சோதனையின் அடிப்படையில் தீர்மானித்தால், மொழிவாரி மாகாணங்கள் கோரிக்கை ஆதரிக்கப்படக் கூடாது" என்று பரிந்துரைத்தது அக்குழு. எனவே, மொழிவாரி மாகாணங்கள் கோரிக்கை கிடப்பில் போடப்பட்டது.

Dhar commission பரிந்துரை, அமளியைத் தோற்றுவித்தது. மராத்தி பேசும் மக்கள் தனி மாநிலம் கோரினர். குஜராத்திகளும் அவ்வாறே கேட்டனர். தெலுங்கு, மலையாளம் மற்றும் கன்னடம் பேசும் மக்களும் தனித்தனி மாநிலங்கள் கோரினர். மாஸ்டர் தாரா சிங் பஞ்சாபில் பிரச்சனை செய்து கொண்டிருந்தார். அரசியல் நிர்ணய சபையில் *(Constituent Assembly)* மிகத் தீவிரமான விவாதங்கள் மேற்கொள்ளப்பட்டன. அப்போதைய பரபரப்பைத் தணிவிக்க இன்னொரு குழு அமைக்கப்பட்டது. "*JVP Committee*" என்றழைக்கப்பட்ட அக்குழுவில் ஜவஹர்லால் நேரு, வல்லபாய் பட்டேல் மற்றும் பட்டாபி சீதாராமையா ஆகியோர் இருந்தனர். *Dhar Commission* அளித்த பரிந்துரையை இக்குழு உறுதி செய்தது *(1949)*. "மொழிவாரி மாகாணங்களுக்கான கோரிக்கை வைப்பது கூடப் பிரிவினைவாதமே!" என்ற எண்ணம் வளரத் துவங்கியது.

பல்வேறு தனி மாநிலக் கோரிக்கைகள் இருந்தாலும், தனி ஆந்திரா கோரி நடத்தப்பட்ட போராட்டம் இதற்குப் பிறகு மிகத் தீவிரமானது. அரசாங்கத்தின் முடிவால் வெறுப்புற்ற மெட்ராஸ் மாகாண முன்னாள் முதல்வர் T.பிரகாசம், காங்கிரஸ் கட்சியிலிருந்து 1950இல் விலகினார். இதன் விளைவு 1951 தேர்தலில் எதிரொலித்தது. தேர்தல் பிரச்சாரம் செய்ய வந்த நேருவிற்கு, தெலுங்கு மாவட்டங்களில் கருப்புக்கொடிகள் காட்டப்பட்டன. 145 இடங்கள் கொண்ட மெட்ராஸ் மாகாண சட்டப்பேரவையில், காங்கிரசால் 43 இடங்கள் மட்டுமே பெறமுடிந்தது. தனி ஆந்திரக்

கோரிக்கைக்கு ஆதரவளித்த கம்யூனிஸ்ட் கட்சிக்கு 41 இடங்கள் கிடைத்தன. பிரச்சனை இதனோடு முடிந்துவிடவில்லை. சீதாராம் என்ற யோகி (காங்கிரசில் இருந்து, பிறகு யோகியானவர்) தனி ஆந்திரம் கோரி உண்ணாநோன்பு இருக்கத் துவங்கினார். நிலைமை தீவிரமானது. ஐந்து வாரங்களுக்குப் பிறகு அவர் உண்ணாவிரதத்தைக் கைவிட்டார். ஆச்சாரியர் வினோபா பாவே வைத்த கோரிக்கைக்கு மதிப்பளித்து அவருடைய உண்ணாவிரதம் கைவிடப்பட்டது.

இவற்றாலெல்லாம் நேரு தன்னுடைய நிலைப்பாட்டை மாற்றிக் கொள்ளவில்லை. "மொழிவாரி மாகாணங்கள் அமைக்க இது சரியான நேரமன்று. சரியான வேளை வருகையில், அவை அமைக்கப்படும்" என்று நாடாளுமன்றத்தில் நேரு அறிவித்தார் (மே 1952). இதன் விளைவாகத் தனி ஆந்திரம் கோரி இன்னொரு உண்ணாவிரதம் தொடங்கப்பட்டது. இம்முறை துவங்கியவர் பொட்டி ஸ்ரீராமுலு (Potti Sriramulu). அக்டோபர் 19, 1952 அன்று அவர் மெட்ராஸில் உண்ணாவிரதம் இருக்கத் துவங்கினார். ஐம்பத்தெட்டாம் நாளில் (டிசம்பர் 15, 1952) உயிர் நீத்தார்.

பொட்டி ஸ்ரீராமுலுவின் மரணச் செய்தி பரவியது. கலவரங்கள் துவங்கின. அரசு அலுவலகங்கள் அடித்து நொறுக்கப்பட்டன. ரயில் வண்டிகள் நிறுத்தப்பட்டன. போலீசாரின் துப்பாக்கிச் சூட்டில் ஏராளமான பொதுமக்கள் இறந்தனர். நிலைமை கைமீறிப் போனதை உணர்ந்த நேரு கடைசியில் இறங்கி வந்தார். தனி ஆந்திரம் அமைக்கப்படும் என்று நாடாளுமன்றத்தில் உறுதியளித்தார். அக்டோபர் 1, 1953 அன்று கர்னூலைத் தலைநகரமாகக் கொண்டு, "ஆந்திரா ஸ்டேட்" உருவாக்கப்பட்டது.

பின்னாளில், மொழிகளின் அடிப்படையில் பல்வேறு மாநிலங்கள் அமைந்தன. அவற்றுக்கெல்லாம் திருப்புமுனையாகப் பொட்டி ஸ்ரீராமுலுவின் உண்ணாநோன்பு அமைந்தது.

உதவிய நூல்கள்:

1) "India after Gandhi"- Ramachandra Guha - Picador India.

2) "Indian Polity"- M.Laxmikanth - McGraw Hill.

★★★

6. திரு(தீர்)ப்புமுனை

கட்சி சீனியர்களின் கட்டுப்பாட்டில், தான் இருப்பதாக உணர்ந்தார் இந்திரா காந்தி. அவர் அப்போதுதான் பிரதமராகப் பொறுப்பேற்றிருந்தார் *(1966)*. நாடாளுமன்றத்தில் பதிலளிக்கக் கூட அவருக்கு அப்போது தைரியம் வந்திருக்கவில்லை. ராம் மனோகர் லோஹியா *(Ram Manohar Lohia)* என்ற புகழ்பெற்ற சோஷலிஸ்ட் தலைவர், இந்திராவை "ஊமைப் பொம்மை" *(Dumb Doll)* என்று விமர்சித்தார். நாளடைவில் தைரியம் பெற்ற இந்திரா காந்தி, கட்சி சீனியர்களை ஓரங்கட்டினார். குடியரசுத் தலைவர் தேர்தலில் *(1969)*, கட்சியின் சார்பில் நிறுத்தப்பட்ட நீலம் சஞ்சீவ ரெட்டி தோற்றார். வி.வி. கிரி வெற்றிபெற, கட்சியை விட்டு இந்திரா காந்தி வெளியேற்றப்பட்டார். காங்கிரஸ் இரண்டாக உடைந்தது. இந்திரா காந்தியின் தலைமையை ஏற்ற கட்சி, *Congress(R)* என்றழைக்கப்பட்டது. காமராஜர், நிஜலிங்கப்பா உள்ளிட்ட தலைவர்கள் இருந்த கட்சி, *Congress(O)* என்றழைக்கப்பட்டது. *(R-Requisitionists, O-Organisation)*. மக்களவையில் இந்திராவின் பலம் 221 ஆகக் குறைந்தது. திமுக மற்றும் கம்யூனிஸ்ட் கட்சிகளின் ஆதரவுடன் ஆட்சியைத் தொடர்ந்தார் இந்திரா.

விரைவிலேயே தேர்தலைச் சந்தித்து, அதில் வெற்றி பெற்றாக வேண்டிய அவசியம் ஏற்பட்டது இந்திராவிற்கு. மக்களிடம் தமக்கிருக்கும் செல்வாக்கை அதிகப்படுத்திக்கொள்ள வேண்டும் என்பதையும் அவர் உணர்ந்தார். படிப்படியாக சோஷலிசத் திட்டங்களை அமல்படுத்தினார். பதினான்கு வங்கிகள்

நாட்டுடைமை ஆக்கப்பட்டன. நிலச் சீர்திருத்தம் குறித்த சட்டங்கள் இயற்றப்பட்டன. மன்னர் மானியம் ஒழிப்பு குறித்த முயற்சிகள் துவங்கப்பட்டன. இவற்றால், மக்களிடையே இந்திரா காந்தியின் செல்வாக்கு அதிகரித்தது. இதனைப் புரிந்துகொண்ட இந்திரா, பதினான்கு மாதங்களுக்கு முன்னமேயே மக்களவையைக் கலைத்தார் (டிசம்பர் 1970). பிற கட்சிகள் எதிர்பார்த்திராத கணத்தில் இம்முடிவை எடுத்த இந்திரா, தேர்தலை வரவழைத்தார்.

இந்திராவுக்கு எதிராகப் "பெரும் கூட்டணி" *(Grand Alliance)* உருவானது. *Congress(O)*, ஜன சங்கம், சுதந்திரா கட்சி, சோஷலிஸ்ட் கட்சிகள் மற்றும் மாநிலக் கட்சிகள் ஒன்றுசேர்ந்து இக்கூட்டணியை அமைத்தன. "இந்திராவை அகற்றுவோம்!" *(Indira Hatao)* என்ற ஒரே முழக்கத்துடன் இக்கூட்டணி தேர்தலைச் சந்தித்தது. இந்திரா காந்தியோ "வறுமையை அகற்றுவோம்!"*(Garibi Hatao)* என்ற பதில் முழக்கத்தை வைத்தார். மார்ச் 1971இல் தேர்தல் முடிவுகள் வெளியாகின. இந்திரா காந்தி தலைமையிலான *Congress (R)* கட்சி, 352 இடங்களில் வெற்றி பெற்று மீண்டும் ஆட்சியமைத்தது. வெறும் 25 இடங்களில் வென்ற மார்க்சிஸ்ட் கட்சி இரண்டாமிடம் பெற்றது. பெரும் கூட்டணி காணாமல் போனது. இந்திரா மீண்டும் பிரதமரானார். பதவியேற்ற சற்று மாதங்களுக்குள்ளாகவே பங்களாதேஷ் பிரச்சனை கிளம்பியது. மன உறுதியுடன் போரிட்ட முக்தி பாஹினிக்கு (பங்களாதேஷ் போராட்டக் குழு) ஆதரவாகப் போரில் குதித்தது இந்தியா. பாகிஸ்தானைப் புரட்டியெடுத்துப் பெருவெற்றி பெற்றது (1971). பங்களாதேஷ் உருவாக, இந்திரா காந்தியின் செல்வாக்கு உச்சம் தொட்டது. அங்குதான் அவரின் சரிவும் துவங்கியது.

தொடர்ச்சியாக இரண்டாண்டுகள் பருவமழை பொய்த்தது (1972 மற்றும் 1973). அத்தியாவசியப் பொருட்களின் விலைவாசி ஏறின. உணவுப்பொருட்கள் பதுக்கி வைக்கப்பட்டன. பொருளாதாரம் அடிபட்டது. வேலைவாய்ப்புகள் குறையத் துவங்கின. 1974இல் ரயில்வே தொழிலாளிகள் மிகப்பெரும் வேலைநிறுத்தம் செய்தனர். குஜராத்திலும், பீகாரிலும் மாணவர்கள் போராட்டத்தில் இறங்கினர். சட்டம், ஒழுங்கு சீர்குலைந்தது. இவற்றையெல்லாம் கண்டித்து, காந்திய சோஷலிஸ்ட் ஜெயபிரகாஷ் நாராயண் (JP) போராட்டத்தில் குதித்தார். JPயின் பின்னால் பொதுமக்கள்

பெருமளவில் திரண்டனர். "என்னவோ நடக்கப்போகிறது!" என்ற பதைபதைப்பு நாட்டில் நிலவியது.

1971 தேர்தலில் ரேபரேலி *(Raebareli)* தொகுதியில் போட்டியிட்டு இந்திரா காந்தி வென்றிருந்தார். அவரை எதிர்த்துப் போட்டியிட்டுத் தோற்றிருந்தார் சம்யுக்த சோஷலிஸ்ட் கட்சியின் ராஜ் நாராயண் *(Raj Narain)*. இந்திராவின் வெற்றி செல்லாது என்று அறிவிக்கக் கோரி அலகாபாத் உயர் நீதிமன்றத்தில் தேர்தல் மனுத் தாக்கல் செய்திருந்தார் ராஜ் நாராயண் (ஏப்ரல் *1971*). இந்த வழக்கை நீர்த்துப்போக வைக்க எத்தனையோ முயற்சிகள் மேற்கொள்ளப்பட்டன. அனைத்தையும் கடந்து, வழக்கின் தீர்ப்பு ஜூன் *12, 1975* அன்று வெளியானது. தேர்தல் முறைகேடுகளில் ஈடுபட்டுத்தான் இந்திரா காந்தி வென்றார் என்று அத்தீர்ப்பில் கூறப்பட்டது. எனவே, இந்திரா பெற்ற வெற்றி செல்லாது என்றும் அறிவிக்கப்பட்டது. மேலும், ஆறாண்டுகளுக்கு அவர் தேர்தலில் போட்டியிடவும் தடை விதிக்கப்பட்டது. தீர்ப்பை எதிர்த்து உச்ச நீதிமன்றம் சென்றார் இந்திரா. பிரதமர் பதவியில் இந்திரா நீடிக்கலாம் என்று கூறியது உச்ச நீதிமன்றம். ஆனால், இறுதித் தீர்ப்பு வரும் வரையில் அவர் நாடாளுமன்றத்தில் ஓட்டுப் போட முடியாதென்றும் கூறியது (ஜூன் *24,1975*).

எதிர்க்கட்சிகள் ஒன்றுகூடி இந்திரா காந்தியைப் பதவி விலகக் கோரின. இந்திரா மறுத்தார். ஆந்திர முதல்வராகப் பதவி வகித்த சென்னா ரெட்டிக்கெதிராக இதேபோல தீர்ப்பு வந்தது. அப்போது அவரைப் பதவி விலக வைத்தார் இந்திரா காந்தி. ஆனால், தான் அதே சூழலில் இருந்தபோது பதவி விலக மறுத்தார். எதிர்க்கட்சிகள் பெரிய அளவில் போராட்டத்தில் இறங்கின. இந்திரா காந்தி பிரம்மாஸ்திரத்தைக் கையிலெடுத்தார்- அவசரநிலை பிரகடனம் செய்யப்பட்டது. (ஜூன் *25, 1975*).

அலகாபாத் உயர் நீதிமன்றத் தீர்ப்பின் விளைவுதான் அவசரநிலைப் பிரகடனம். எனவே, இதில் திருப்புமுனையாக அமைந்தது நீதிமன்றத் தீர்ப்பே!

உதவிய நூல்கள் மற்றும் வலைதளங்கள்:

1) "Saving India from Indira- The untold story of Emergency"- Rama Goyal- Rupa Publications.

2) *"India after Gandhi"- Ramachandra Guha- Picador India.*

3) *"The Emergency- A personal history"- Coomi Kapoor- Penguin Books.*

4) *https://indianexpress.com/article/explained/congress-split-and-garibi-hatao-last-poll-before-emergency-9297825/*

5) *https://www.indiatoday.in/history-of-it/story/one-nation-one-election-simultaneous-poll-indira-gandhi-expelled-from-congress-broke-1971-nehru-bjp-ram-nath-kovind-2517913-2024-03-22*

★★★

7. பழிவாங்கித் தோல்வியுறுதல்!

பத்தொன்பது மாதங்கள் அவசரநிலையை அமலில் இருக்கவிட்ட இந்திரா காந்தி, ஜனவரி 1977இல் அதைத் திரும்பப் பெற்றார். தேர்தலை அறிவித்தார். தேர்தலில் ஜனதா கட்சி வெற்றிபெற்று ஆட்சியைப் பிடிக்க, காங்கிரஸ் கட்சி எதிர்க்கட்சியாக அமர்ந்தது. தேர்தலில் தோல்வியுற்றிருந்தாலும், காங்கிரஸ் கட்சி 154 இடங்களில் வென்றிருந்தது. குறிப்பாகத் தென் மாநிலங்களில் நூற்றுக்கும் மேற்பட்ட இடங்களில் வென்றிருந்தது.

அவசரநிலை காலகட்டத்தில் நடைபெற்ற அத்துமீறல்களைக் குறித்து விசாரிக்க, ஷா கமிஷனை நியமித்தது ஜனதா அரசாங்கம். ஷா கமிஷனின் முன்பு ஆஜரான காங்கிரஸ் தலைவர்கள் பலர், இந்திராவே அனைத்திற்கும் காரணமென்று கூறினர். நரசிம்ம ராவ், பிரணாப் முகர்ஜி, வசந்த் சாத்தே போன்ற ஒரு சில காங்கிரஸ் தலைவர்களே இந்திராவிற்கு ஆதரவாக அப்போதும் நின்றனர். காங்கிரஸ் நாடாளுமன்ற உறுப்பினர்களின் தலைவராக மகாராஷ்டிரத் தலைவர் YB சவான் தேர்ந்தெடுக்கப்பட்டார். காங்கிரஸ் கட்சியின் தலைவராக, இந்திராவின் விருப்பப்படி பிரம்மானந்த ரெட்டி தேர்வானார். ஆக, நாடாளுமன்றத்திலும், கட்சியிலும் முன்னிலைப்படுத்தப்படாத இந்திரா தனிமைப்படுத்தப்பட்டார். 12, வில்லிங்டன் கிரசன்ட் என்ற விலாசமுடைய வீட்டில் குடிபுகுந்த இந்திரா, வெளியில் வருவதைத் தவிர்த்தார்.

ஜனதா கட்சியின் பகையைச் சம்பாதித்துக்கொள்ள விரும்பாத காங்கிரஸ் தலைவர்கள் பலர், இந்திராவை வெளிப்படையாக விமர்சிக்கத் துவங்கினர். மேலும், ஜனதா கட்சியை எதிர்ப்பதில் அவர்கள் மென்மையான போக்கைக் கடைப்பிடித்து வந்தனர். கட்சி விவகாரங்களில், ஆளுங்கட்சியை எதிர்க்கும் விவகாரங்களில் இந்திராவைக் கலந்தாலோசிப்பதைத் தவிர்த்தனர். குடியரசுத் தலைவர் வேட்பாளராக நீலம் சஞ்சீவ ரெட்டியை ஜனதா கட்சி அறிவிக்க, மறுப்பேதும் சொல்லாமல் ஒப்புக்கொண்டது காங்கிரஸ். போட்டியே இல்லாமல் குடியரசுத் தலைவரானார் சஞ்சீவ ரெட்டி.

காங்கிரஸ் தலைவர்களின் இந்தப் பதுங்கலை ரசித்த ஜனதா அரசாங்கம், இந்திராவின் மீது பாயத் துவங்கியது. இந்திராவின் குற்றங்கள் குறித்த விசாரணை, நியூரம்பெர்க் தீர்ப்பாய (*Nuremberg trials*) விசாரணையைப் போலச் செய்யப்படவேண்டும் என்று உள்துறை அமைச்சர் சரண்சிங் கூறினார். (இரண்டாம் உலகப்போர் சமயத்தில் நாஜி ஜெர்மனியின் தொடர் அரசியல் கொலைகள், ராணுவ அத்துமீறல்கள் குறித்து விசாரிக்க அமைக்கப்பட்ட விசாரணை ஆணையம்தான் *Nuremberg trials* என அழைக்கப்படுகிறது). அவசரநிலை அமலில் இருந்தபோது, காவலில் இருந்த பல்வேறு அரசியல் தலைவர்களைச் சுட்டுத் தள்ளும் மறைமுக எண்ணம் அன்றைய காங்கிரஸ் அரசாங்கத்திற்கு இருந்ததாகவும் அவர் மக்களவையில் கூறினார். எவ்வித ஆதாரமும் இல்லாமல் இந்திரா காந்தியின் செயல்பாடுகள் மீது பல்வேறு புகார்கள் எழுப்பப்பட்டன. 1977 தேர்தலில் படுதோல்வி அடைந்த இந்திரா, இனிமேல் மீண்டு வரவே முடியாது என்று பலராலும் ஆரூடம் கூறப்பட்டது.

பொறுத்தது போதும் என்ற நிலைக்கு வந்த இந்திரா, ஜூலை 1977இல் வெளியில் வரத் துவங்கினார். ஆச்சார்ய கிருபாளினியைச் சந்தித்தார். ஜிட்டு கிருஷ்ணமூர்த்தியையும் (*JK*) சந்தித்தார். பொதுக்கூட்டங்களில் கலந்துகொள்ளத் துவங்கினார். அவரைப் பார்ப்பதற்காகவே மக்கள் கூட்டம், கூட்டமாக வந்தனர். இந்திராவிற்கு ஆதரவுக் குரல் எழுப்பினர். ஜனதா அரசாங்கம் இலேசாகக் கடுப்பாகத் துவங்கியது. பீகாரின் நாலந்தா மாவட்டத்தில் பெல்ச்சி (*Belchi*) என்ற சிற்றூரில், பதினொரு தலித் சமூகத்தினர் உயிரோடு எரித்துக் கொல்லப்பட்டனர். இந்தச்

செய்தியைக் கேள்விப்பட்ட இந்திரா, ஆளுங்கட்சியைக் கடுமையாக விமர்சித்தார். மேலும், பெல்ச்சிக்கு உடனே சென்றார். சாலை வசதி இல்லாத வழிகளில், சேறும் சகதியும் நிறைந்த பாதைகளில் சிறிது தூரம் நடந்து சென்றும், யானையின் மீது சவாரி செய்தும் இந்திரா அந்தக் கிராமத்தை அடைந்தார். மக்களைச் சந்தித்து அனுதாபம் தெரிவித்தார். பொதுமக்கள் இந்திராவை ஆதரிக்கத் துவங்கினர்.

இந்திராவிற்குப் பெருகிவரும் மக்கள் ஆதரவைக் கண்டு கொதிப்படைந்த ஜனதா அரசாங்கம், உப்புச்சப்பில்லாத காரணத்தைக் கூறி இந்திராவைக் கைது செய்தது. *(அக்டோபர் 1977).* ஹரியானாவில் உள்ள பட்கல் ஏரி விருந்தினர் மாளிகையில் *(Badkhal lake)* இந்திராவைச் சிறைவைக்க எண்ணியது காவல்துறை. இதைத் தெரிந்துகொண்டார் இந்திரா. புது தில்லியை விட்டு வெளியே வரமறுத்து, காவல்துறை வாகனத்தை விட்டுக் கீழிறங்கி ஒரு சிறிய பாலத்தில் அமர்ந்துவிட்டார். இறுதியாகப் புது தில்லிக்கே அழைத்துச் செல்லப்பட்டார். மறுநாள் காலையில் நீதிமன்றத்தின் முன்பு அவரை ஆஜர்படுத்தியது காவல்துறை. வலுவான காரணங்கள் இல்லையென்று கூறி, இந்திராவை விடுவித்தார் நீதிபதி. பொதுமக்களின் மத்தியில் இந்திராவின் கைது விவகாரம், அதிர்ச்சியை எழுப்பியது. “ஒரு பெண்ணை இப்படித் தொல்லை செய்கின்றனரே!” என்ற அனுதாபம் தோன்றியது. ஜனதா கட்சியின் திறமையின்மை மீது நக்கல் பேச்சுக்கள் எழும்பின. “பல நூறு தலைவர்களைப் பத்தொன்பது மாதங்கள் சிறையில் அடைத்த ஒரு பெண்மணியை, பத்தொன்பது மணிநேரம் கூட அவர்களால் சிறையில் அடைக்க முடியவில்லை!” என்று ஜனதா அரசாங்கம் விமர்சிக்கப்பட்டது.

இதற்குப் பிறகு அரசியலில் மிகத் தீவிரமாக இறங்கினார் இந்திரா காந்தி. இதைத் தாண்டியும் பல்வேறு குடைச்சல்களை ஜனதா அரசாங்கம் தந்தாலும், சளைக்காமல் அவற்றை எதிர்கொண்டார். ஆட்சியைப் பிடித்த மூன்றே ஆண்டுகளில் இரண்டு பிரதமர்களை ஆட்சியில் அமர்த்திய ஜனதா கட்சி உடைந்தது. ஆட்சி கவிழ்ந்து தேர்தல் வர *(1980)*, காங்கிரஸ் பெருவெற்றி பெற்றது. மீண்டும் இந்திரா காந்தி பிரதமரானார்.

நல்லாட்சி தருவதில் கவனம் செலுத்தாமல், இந்திராவைப் பழிவாங்குவதிலேயே கவனமாக இருந்தது ஜனதா கட்சி. இந்திராவைக் கைது செய்து அவரை இன்னும் தீவிரமாக அரசியலில் ஈடுபட வைத்தது. அதன் விளைவாக, ஆட்சியை இந்திராவிடமே இழந்தது. அக்டோபர் 1977இல் இந்திராவின் கைது, அவருக்குத் திருப்புமுனையாக அமைந்தது.

உதவிய நூல்கள் :

1) *"The dramatic decade - The Indira Gandhi Years"- Pranab Mukherjee- Rupa Publications.*

2) *"Memoirs of a rationalist"- Vasant Sathe- Stellar Publishers.*

★★★

8. ஆத்ம கௌரவம்

*1953*இல் "ஆந்திர மாநிலம்" *(Andhra State)* உருவாக்கப்பட்டது. இதற்கு மூன்றாண்டுகள் கழித்து, ஆந்திராவுடன் தெலுங்கானா பகுதிகள் சேர்க்கப்பட்டு "ஆந்திரப் பிரதேசம்" *(Andhra Pradesh)* அமைக்கப்பட்டது. தெலுங்கானா பகுதியின் ஒன்பது மாவட்டங்கள், ராயலசீமா பகுதியின் நான்கு மாவட்டங்கள் மற்றும் கடற்கரை ஆந்திரா பகுதியின் ஒன்பது மாவட்டங்கள் ஆகியவற்றை உள்ளடக்கி அமைக்கப்பட்டது ஆந்திரப் பிரதேசம். இந்தியாவின் ஐந்தாவது பெரிய மாநிலமாகத் திகழ்ந்த ஆந்திரப் பிரதேசம், துவக்கத்திலிருந்தே காங்கிரசின் கோட்டையாக விளங்கியது. நீலம் சஞ்சீவ ரெட்டி, நரசிம்ம ராவ் போன்ற பல முக்கியத் தலைவர்கள், ஆரம்பக் காலகட்டத்தில் ஆந்திராவின் முதல்வர்களாகப் பதவி வகித்தனர்.

தனித் தெலுங்கானா போராட்டம் (1965-67), ஜெய் ஆந்திரா போராட்டம் (1972) என எத்தனை போராட்டங்கள் அங்கே ஏற்பட்டாலும், அங்கு காங்கிரஸ் ஆட்சிதான். அவசரநிலை திரும்பப் பெறப்பட்டு நடைபெற்ற 1977 மக்களவைத் தேர்தலில் காங்கிரஸ் கட்சிக்கு வடக்கில் தோல்வி கிடைத்தது. அப்போதும் கூட ஆந்திராவின் நாற்பத்திரண்டு தொகுதிகளில், நாற்பத்தொன்றில் வென்றது காங்கிரஸ். அதற்கு அடுத்தாண்டில் காங்கிரஸ் கட்சி இரண்டாகப் பிளவுற்று "இந்திரா காங்கிரஸ்" உருவானது. அப்போது நடந்த ஆந்திர சட்டமன்றத் தேர்தலில்(1978), இந்திரா காங்கிரஸ் கட்சியே வென்று ஆட்சியமைத்தது. அன்றைய தேதியில்

இந்திரா காங்கிரஸ் ஆட்சியைப் பிடித்த ஒரே மாநிலம் ஆந்திரா மட்டுமே! அடுத்த மக்களவைத் தேர்தலில் (1980) ஆந்திராவின் மேடக் (Medak) தொகுதியிலும் நின்று வெற்றிபெற்றார் இந்திரா.

ஆரம்பகட்டத்தில் (1966-69), கட்சி சீனியர்களின் கட்டுப்பாட்டில் இருக்க நேர்ந்த இந்திரா, அக்கட்டுப்பாடுகளை எல்லாம் நாளடைவில் உடைத்தெறிந்தார். காமராஜர், சஞ்சீவ ரெட்டி, நிஜலிங்கப்பா, மொரார்ஜி தேசாய், S.K.பாட்டீல், அதுல்யா கோஷ் என ஒவ்வொரு மாநிலத்திலும் ஒரு பெரிய காங்கிரஸ் தலைவர் இருந்தனர். இவர்கள் அனைவரும் ஒன்றிணைந்து கட்சியைக் கட்டுப்பாட்டில் வைத்திருந்தனர். இவர்களையெல்லாம் ஓரங்கட்டிய இந்திரா காந்திக்கு, மீண்டும் அத்தகைய சூழலை வரவழைத்துக்கொள்ளக்கூடாதென்று தெளிவாகப் புரிந்தது. கட்சியில் பல பெரும் தலைவர்கள் இருந்தால்தானே இந்தச் சிக்கல்? விளைவு- மாநிலத்திற்கு மாநிலம் பெரிய தலைவர்கள் எவரும் இல்லாதபடி பார்த்துக்கொள்ளப்பட்டது. ஒரே தலைமை- இந்திரா காந்தி! இந்திராவிற்கு முன்பு தாழ்மைப்பட்டவர்கள் உயர்ந்தனர்! அதே சமயம், அவர்கள் மேலும் மேலும் உயராமல் இருக்கும்படியும் கவனித்துக்கொள்ளப்பட்டனர். இதே திட்டம் ஆந்திராவிலும் அமல்படுத்தப்பட்டது.

1978இல் வென்ற இந்திரா காங்கிரசின் சார்பில் சென்னா ரெட்டி (Chenna Reddy) முதல்வரானார். இரண்டரை ஆண்டுகள் சென்றன. சென்னா ரெட்டி இறக்கப்பட்டு, அஞ்சய்யா (Anjaiah) முதல்வர் ஆக்கப்பட்டார். ஒன்றேகால் வருடம் கழிந்தது. அஞ்சய்யா கீழிறக்கப்பட்டார். பவனம் வெங்கடராமி ரெட்டி (Bhavanam Venkataramy Reddy) முதல்வராக அமர்த்தப்பட்டார். ஏழு மாதங்கள் ஆனது. அவருக்கும் கல்தா. விஜய பாஸ்கர ரெட்டிக்கு (Vijaya Bhaskara Reddy) முதல்வர் பதவி கிடைத்தது. அவரையும் மாற்றுவதற்குள் அடுத்த தேர்தல் வந்துவிட்டது. இவ்வாறு ஐந்தாண்டுகளில் நான்கு முதல்வர்களைக் கண்டது ஆந்திரா. ஆட்சி நிர்வாகம் அதலபாதாளத்திற்குச் சென்றது. தில்லிக்குக் காவடி தூக்குவதிலேயே ஆந்திர காங்கிரஸ் தலைவர்களின் காலம் சென்றது. ஆக மொத்தத்தில், ஆந்திர காங்கிரசில் எவரும் பெரிய தலைவர் ஆகாமல் பார்த்துக்கொள்ளப்பட்டனர். ஆந்திர மக்களுக்குக் காங்கிரஸ் மீது சலிப்புத் தோன்றியது.

இவற்றையெல்லாம் உன்னிப்பாகக் கவனித்துக் கொண்டிருக்கவில்லை அவர்! செய்தித்தாள் படித்தால் கூட, திரைத்துறை சார்ந்த செய்திகளில் மட்டுமே கவனம் செலுத்துவது அவர் பழக்கம். அரசியல் குறித்துப் பேசிக்கொண்டிருப்பது வெட்டிவேலை என்று விமர்சிப்பார். தானுண்டு, தன்னுடைய தொழில் உண்டு என்றிருப்பார். அவருடைய தொழில்- திரைப்படங்களில் நடிப்பது, திரைக்கதை எழுதுவது, இயக்குவது. தன்னுடைய வீட்டின் அறையில், பெற்றோரின் படங்களோடு MGRஇன் படத்தையும் அவர் மாட்டி வைத்திருந்தார். MGRஐப் போலவே அவருக்கும் மூன்றெழுத்து- NTR! (நந்தமூரி தாரக ராமா ராவ்)

எந்தவிதமான அரசியல் பின்புலமோ அல்லது முன் அனுபவமோ இருந்ததில்லை NTRக்கு. "இடதுசாரி", "வலதுசாரி" போன்ற அரசியல் சொற்பதங்களுக்குக் கூட விளக்கமோ, வேறுபாடோ அப்போது அவருக்குத் தெரிந்திருக்கவில்லை. அபரிமிதமான மக்கள் செல்வாக்கு ஒன்று மட்டுமே அவரிடமிருந்தது. தெலுங்குத் திரைத்துறையின் முடிசூடா மன்னராக விளங்கினார் NTR. அவரை ஆந்திர மாநிலத்தின் மூடிசூடிக்கொள்ளும்படி ஆக்கியவர்கள் இருவர்- ஆந்திராவின் அன்றைய வருவாய்த்துறை அமைச்சர் ஜனார்த்தன ரெட்டி மற்றும் ராஜீவ் காந்தி.

1980இல் ஒரு சம்பவம் நடந்தது. நெல்லூரில் கட்டப்பட்டிருந்த மூன்று திரையரங்குகளைத் திறந்து வைக்கும் விழாவிற்கு NTR அழைக்கப்பட்டிருந்தார். "தலைமை விருந்தினர் NTR" என்று அச்சடிக்கப்பட்ட விழா அழைப்பிதழ்கள் சில நூறு விநியோகிக்கப்பட்டிருந்தன. ஆனால், விழாவின் தலைமை விருந்தினர்- அன்றைய ஆந்திர வருவாய்த்துறை அமைச்சர் ஜனார்த்தன ரெட்டி. இது NTRக்குத் தெரிவிக்கப்படவில்லை. விழாவில் பங்கேற்க சென்னையிலிருந்து வந்த NTR, விழாவிற்குத் தயாராக அரசாங்க விருந்தினர் இல்லத்திற்குச் சென்றார். அங்கு ஒரு அறையில் முகம் கழுவிக் கொண்டிருந்தார். அமைச்சருக்கு அளிக்கப்பட்டிருக்கும் அறை அது என்பதை NTRக்கு எவரும் தெரிவித்திருக்கவில்லை. அந்நேரம் பார்த்துத் தொண்டர்கள், அதிகாரிகள் புடைசூழ வந்திறங்கினார் ஜனார்த்தன ரெட்டி. அறையில் NTR இருப்பதைக் கண்டார். தன்னுடைய அறையில் NTR எப்படி இருக்கலாம் என்று கோபத்தில் கத்தினார்.

NTR எதுவும் பேசாமல் வெளியில் வந்தார். விழாவில் கலந்துகொண்டு சாப்பிடாமலேயே சென்னை திரும்பினார். தான் ஒரு பிரபலமான நபராக இருந்தும், அனைவரின் முன்பும் தன்னைத் தரக்குறைவாகப் பேசிய ஜனார்த்தன ரெட்டியைக் குறித்து யோசித்தார் NTR. ஜனார்த்தன ரெட்டியை அவ்வாறு அகம்பாவமாகப் பேச வைத்தது- அவரிடமிருந்த அமைச்சர் பதவி. "தாம் ஏன் அதை அடையக் கூடாது?" என்று தோன்றியது NTRக்கு. அரசியலில் NTR பிரவேசிக்க இந்த நிகழ்வு ஒரு முக்கியமான திருப்புமுனையாக அமைந்தது.

1982இல் இன்னொரு சம்பவம். அப்போதைய ஆந்திர முதல்வர் அஞ்சய்யா, ஹைதராபாதின் பேகம்பேட் (Begumpet) விமான நிலையத்தில் ஏராளமான தொண்டர்களுடன் காத்திருந்தார். விமானத்தில் வந்திறங்கும் ராஜீவ் காந்தியை வரவேற்க ஏற்பாடு. இந்திரா குடும்பத்திடம் தன்னுடைய விசுவாசத்தைக் காட்டும் விதமாகப் பெருங்கூட்டத்தோடு அவர் ராஜீவை வரவேற்றார். விமானம் தரையிறங்கி நிற்க வேண்டிய பகுதியில் (tarmac) கூடத் தொண்டர்கள் நிற்கவைக்கப்பட்டிருந்தனர். அடிப்படையில் விமானியான ராஜீவிற்கு, இச்செயல்கள் யாவும் அருவருப்பைத் தந்தன. விமானத்தை விட்டுக் கீழே இறங்கியதும், அஞ்சய்யாவை வறுத்தெடுத்து விட்டார். கண்களில் நீர் மல்க, ராஜீவின் முன்பு அஞ்சய்யா கைகூப்பி நின்றிருந்ததாக அன்றைய பத்திரிகைகள் செய்தி வெளியிட்டன. ஆந்திரா பரபரப்பானது. இந்த நிகழ்வின் மூலம், தெலுங்கு பேசும் மக்களின் சுயமரியாதையை காங்கிரஸ் கட்சி அலட்சியம் செய்துவிட்டதாக மக்கள் கருதினர்.

தன்னுடைய அறுபதாம் வயதை நெருங்கிய NTR, "தெலுகு தேசம்" கட்சியைத் துவக்கினார் (மார்ச் 1982). ஆறு கோடி ஆந்திரர்களின் ஆத்ம கௌரவத்தைக் காப்பாற்ற வேண்டியே, தான் இக்கட்சியைத் துவக்கியதாகப் பிரச்சாரம் செய்தார். கட்சி துவங்கிய சில மாதங்களிலேயே மாநிலத்தில் தேர்தல் நடந்தது (1983). பெருவெற்றி பெற்று ஆட்சியைப் பிடித்தார் NTR! இந்திரா காங்கிரஸ் உள்ளிட்ட பல கட்சிகள் தெலுகு தேசத்திடம் தோற்றன. மக்களின் சுயமரியாதை சீண்டப்பட்டால், எவ்வளவு பெரிய கட்சியும் தோற்றுப்போகும் என்பதை அனைவரும் உணர்ந்த தருணம் அது!

உதவிய நூல்கள்:

1) *"NTR A Biography"- K. Chandrahas and K. Lakshminarayana- CLS Publishers.*

2) *"Maverick Messiah"- Ramesh Kandula- Penguin Books.*

3) *"India after Gandhi"- Ramchandra Guha- Picador India.*

★★★

9. பொம்மை (அல்ல—மாநில) ஆட்சி!

ஆந்திரப் பிரதேசத்தைப் போலவே, 1983ஆம் ஆண்டில் கர்நாடக மாநிலத்திலும் தேர்தல் நடந்தது. அதுவரையில் கர்நாடகத்திலும் காங்கிரஸ் ஆட்சியே நடந்து கொண்டிருந்தது. ஆந்திரத்தில் நிலவிய அரசியல் மாற்றங்களைப் போலவே, 1983 தேர்தலில் கர்நாடகத்திலும் காங்கிரஸ் கட்சி தோல்வியைத் தழுவியது. ஆந்திராவில் தெலுகு தேசத்தின் NTR முதல்வரானார். கர்நாடகாவில் ஜனதா கட்சியின் இராமகிருஷ்ண ஹெக்டே (Ramakrishna Hegde) முதல்வரானார். ஒரே ஒரு வேறுபாடு- ஆந்திராவில் NTR தனிப்பெரும்பான்மை பெற்று ஆட்சியமைத்தார். கர்நாடகாவில் தொங்கு சட்டசபை! மொத்தமுள்ள 224 இடங்களில் தனிப்பெரும் கட்சியாக ஜனதா கட்சி விளங்கியது. 95 இடங்களில் அக்கட்சி வெற்றி பெற்றிருந்தது. BJP மற்றும் சில சிறிய கட்சிகளின் ஆதரவோடு இராமகிருஷ்ண ஹெக்டே ஆட்சிக்கு வந்தார்.

1984இல் இந்திரா காந்தி கொல்லப்பட, மக்களவைத் தேர்தல் வந்தது. ஒட்டுமொத்த நாட்டிலும் வீசிய இந்திரா அனுதாப அலைக்கு கர்நாடகா விதிவிலக்காக அமையவில்லை. மொத்தமுள்ள 28 மக்களவைத் தொகுதிகளில், ஜனதா கட்சி நான்கில் மட்டுமே வெற்றிபெற்றது. ராஜீவ் காந்தி பிரதமரானார். மக்களின் ஆதரவைத் தன் ஆட்சி இழந்துவிட்டதாகக் கருதிய ஹெக்டே, முதல்வர் பதவியை ராஜினாமா செய்தார். ஜனவரி 1985இல் கர்நாடக சட்டப்பேரவை கலைக்கப்பட்டது. தேர்தல் வந்தது. மீண்டும் ஜனதா கட்சியே வெற்றிபெற, ஹெக்டே மீண்டும்

முதல்வரானார். இம்முறை ஜனதா கட்சிக்குத் தனிப்பெரும்பான்மை கிடைத்திருந்தது. 139 இடங்களில் அக்கட்சி வெற்றி பெற்றிருந்தது. மூன்றாண்டுகள் ஆட்சி நடத்திய ஹெக்டே ராஜினாமா செய்தார் (1988). முக்கிய அரசியல்வாதிகள் மற்றும் தொழிலதிபர்கள் ஆகியோரின் தொலைபேசிகளை ஒட்டுக்கேட்டதாக அவர்மீது புகார் எழவே, அவர் பதவி விலக நேர்ந்தது. முதல்வர் பதவிக்கு வந்தார் S.R.பொம்மை (13 ஆகஸ்ட் 1988).

பொம்மை பதவியேற்றதும் ஜனதா கட்சியின் உட்கட்சிப் பூசல் தீவிரமானது. தவிரவும், அகில இந்திய அளவில் ஜனதா கட்சி உடைந்து, ஜனதா தள் கட்சி உருவானது (அக்டோபர் 1988). இராமகிருஷ்ண ஹெக்டே, பொம்மை போன்ற ஜனதா கட்சியின் முக்கியத் தலைவர்கள் பலரும் ஜனதா தள் கட்சியில் வந்தனர். இதனால், ஜனதா கட்சியில் இருந்த உறுப்பினர்களின் எண்ணிக்கை 27 ஆனது. புதிதாக உருவான ஜனதா தள் கட்சியின் கீழ்வந்த பொம்மை, ஏழு சுயேச்சை உறுப்பினர்களின் ஆதரவுடன் ஆட்சியில் தொடர்ந்தார். இந்தச் சூழலில், மாநில அரசாங்கத்திற்கு அளித்துவந்த தங்களுடைய ஆதரவை வாபஸ் பெற்றுக்கொண்டதாகப் பதினெட்டு சட்டமன்ற உறுப்பினர்கள் ஆளுநருக்குக் கடிதம் அளித்தனர் (ஜூலை 19,1989). 116 உறுப்பினர்களின் ஆதரவு தன்னுடைய ஆட்சிக்கு இருப்பதாக ஆளுநரிடம் அன்றே தெரிவித்தார் பொம்மை. 63 உறுப்பினர்களின் ஆதரவுக் கடிதங்களை ஆளுநரிடம் அளித்தார். மேலும், சட்டசபையில் தன்னுடைய பெரும்பான்மையை நிரூபிக்க அவகாசம் அளிக்குமாறும் அவர் ஆளுநரிடம் கோரினார்.

பொம்மையின் கோரிக்கையை ஏற்க மறுத்தார் ஆளுநர் பி.வெங்கடசுப்பையா. சட்டசபையில் பொம்மையின் பெரும்பான்மையை நிரூபிக்க வாய்ப்பளிக்கப்படவில்லை. ஆட்சி செய்யத் தேவையான பெரும்பான்மையை பொம்மை அரசு இழந்துவிட்டதாகக் கூறி, ஆட்சியைக் கலைக்குமாறு ஆளுநர் பரிந்துரை செய்தார். இதன் அடிப்படையில் அரசியலமைப்புச் சட்டத்தின் 356வது பிரிவைப் பயன்படுத்தி, பொம்மையின் அரசைக் கலைத்து உத்தரவிட்டார் குடியரசுத் தலைவர் (ஜூலை 21,1989).

அரசியலமைப்புச் சட்டத்தில் அதிக முறை தவறாகப் பயன்படுத்தப்பட்ட பிரிவு எது என்ற கேள்விக்கு, 356 என்று

எளிதாகக் கூறிவிடலாம். கிட்டத்தட்ட 125 முறைகளுக்கு மேல் பயன்படுத்தப்பட்டது இப்பிரிவு. இவற்றில் பாதிக்கு மேல் அரசியல் காரணங்களுக்காகப் பயன்படுத்தப்பட்டது. சத்தீஸ்கர் மாநிலத்தில் மட்டுமே இதுவரையில் 356 பயன்படுத்தப்பட்டு மாநில ஆட்சி கலைக்கப்படவில்லை. மற்ற மாநிலங்களில், குறைந்தது ஒருமுறையாவது 356 பயன்படுத்தப்பட்டு மாநில ஆட்சி கலைக்கப்பட்டுள்ளது. தவறான வழியில் பயன்படுத்தப்பட்டு வந்த இம்முறைக்கு எதிராக ஏதாவது ஒரு தீர்வு கிடைக்க வேண்டுமல்லவா! பொம்மையின் வடிவில் இதற்கான தீர்வு வந்தது.

தன்னுடைய அரசைக் கலைத்த உத்தரவுக்கு எதிராக நீதிமன்றத்தை அணுகினார் பொம்மை. *SR Bommai vs Union of India (AIR 1994 SC 1918)* என்ற முக்கியமான அவ்வழக்கில், உச்சநீதிமன்றம் (9 நீதிபதிகள் பெஞ்ச்) பொம்மைக்கு ஆதரவாகத் தீர்ப்பளித்தது. அரசியலமைப்புச் சட்டத்தின் 356வது பிரிவைப் பயன்படுத்த வேண்டிய சூழ்நிலைகள், பயன்படுத்தக் கூடாத சூழ்நிலைகள் ஆகியவற்றிற்கு இவ்வழக்கின் தீர்ப்பில் தகுந்த விளக்கங்கள் அளித்தது உச்சநீதிமன்றம். 1994இல் வெளியான இத்தீர்ப்பின் விளைவால், பொம்மை மீண்டும் ஆட்சிக்கு வரவில்லை. (ஏனெனில், 1985 சட்டசபையின் காலம் ஏற்கனவே முடிந்துவிட்டிருந்தது). இருப்பினும், இத்தீர்ப்பின் விளைவால் 356வது பிரிவு பயன்படுத்தப்பட்டு மாநில அரசாங்கங்களின் ஆட்சிகள் கலைக்கப்படுவது கணிசமாகக் குறைந்துபோனது. 356வது பிரிவின் தவறான பயன்பாட்டிற்கு எதிரான திருப்புமுனையாக SR பொம்மையின் வழக்கு அமைந்தது.

உதவிய நூல்கள், வலைதளங்கள்:

1) *President's Rule in States and Union Territories, Lok Sabha Secretariat, January 2016 Edition.*

2) *Indian Polity, M.Laxmikanth, McGraw Hill.*

3) *My friend turned Foe turned friend: Chandrashekhar- Dr.Subramanian Swamy (accessed from Scribd app).*

★★★

10. முதல் திருத்தம்

ஆங்கிலேயர்களின் ஆட்சிக்காலத்திலும் சரி, அதற்கு முன்பும் சரி- கல்வியிலும், வேலைவாய்ப்பிலும் பின்தங்கிய நிலையில் இருந்தனர் பார்ப்பனர் அல்லாதார். 1857இல் தொடங்கப்பட்டது சென்னைப் பல்கலைகழகம். அடுத்த பதினான்கு ஆண்டுகளில், இப்பல்கலைக்கழகத்தில் தேர்ச்சிபெற்ற பார்ப்பனர் அல்லாத இந்துக்களின் எண்ணிக்கை - 15 மட்டுமே! அதே சமயத்தில், இப்பல்கலைக்கழகத்தில் தேர்ச்சிபெற்ற பார்ப்பனர்களின் எண்ணிக்கையோ 815! மக்கள் தொகையில் 3.5% இருந்த பார்ப்பனர்கள், பத்து ரூபாய்க்கு மேல் ஊதியம் வரும் அரசுப் பதவிகளில் 45% இருந்தனர் (1881). இத்தகைய சூழலில், பார்ப்பனர் அல்லாதாரின் நிலையை முன்னேற்றக் கோரி, நீதிக்கட்சி தொடர்ந்து குரல்கொடுத்து வந்தது.

ஆங்கிலேய ஆட்சியில் முதன்முதலில் 1921ஆம் ஆண்டில் தேர்தல் நடைபெற்றது. அத்தேர்தலில் வெற்றிபெற்று, சென்னை மாகாணத்தில் ஆட்சியைப் பிடித்தது நீதிக்கட்சி. 16.09.1921 அன்று, முதல் வகுப்புரிமை ஆணையைப் பிறப்பித்தது (G.O. 613). மேலும், இரண்டாவது வகுப்புரிமை ஆணையை 15.08.1922 அன்று பிறப்பித்தது (G.O.658). அதிகார வர்க்கத்தின் மெத்தனத்தால், இவை அமல்படுத்தப்படுவதில் சுணக்கம் நிலவியது. இவற்றிலுள்ள சிக்கல்களைக் களைந்து, 15.12.1928 அன்று மூன்றாவது வகுப்புரிமை ஆணை பிறப்பிக்கப்பட்டது. இந்த உத்தரவைச் சற்றுத் திருத்தி 1947ஆம் ஆண்டில் சென்னை மாகாணத்தில் இன்னொரு

உத்தரவு பிறப்பிக்கப்பட்டது. *(GO M.S. 3437, 21.11.1947).* "மொத்த உத்தியோகம் 14 என்றால், பிராமணருக்கு 2, கிறிஸ்தவருக்கு 1, முஸ்லிமுக்கு 1, ஆதிதிராவிடருக்கு 2, பிற்பட்டவருக்கு 2, மற்ற பிராமணர் அல்லாதாருக்கு 6 என்ற விகிதத்தில் உத்தியோகங்கள் வழங்கப்பட வேண்டும்" என்று அந்த உத்தரவில் விளக்கப்பட்டது. இந்தியாவிலேயே முதல்முறையாக இத்தகைய வகுப்புவாரி ஆணையைச் சென்னை மாகாண அரசு கொண்டுவந்தது.

அரசியலமைப்புச் சட்டம் நடைமுறைக்கு வந்து, இந்தியா குடியரசு நாடானது. அரசியலமைப்புச் சட்டத்தின் மூன்றாம் பிரிவு, அடிப்படை உரிமைகள் *(Fundamental Rights)* குறித்து விளக்கியது. இந்நிலையில், பார்ப்பனரான செண்பகம் துரைராசன் என்ற மாணவியும், சீனிவாசன் என்ற மாணவனும் மெட்ராஸ் உயர் நீதிமன்றத்தில் ஒரு வழக்குத் தொடர்ந்தனர். வகுப்புவாரி ஆணையின் விளைவால் தங்களுக்கு முறையே மருத்துவக் கல்லூரியிலும், பொறியியல் கல்லூரியிலும் இடம் கிடைக்கவில்லை என்று அவர்கள் அவ்வழக்கில் கூறியிருந்தனர். இந்த வகுப்புவாரி உத்தரவு, அடிப்படை உரிமைகளுக்கு (15வது விதிக்கும், 29(2)வது விதிக்கும்) முரணானது என்றும் அவர்கள் வாதிட்டனர். எனவே வகுப்புவாரி உத்தரவைச் செல்லாதென அறிவிக்கக் கோரினர்.

அரசியலமைப்புச் சட்டத்தை இயற்றிய வரைவுக்குழுவில் *(Drafting Committee)* உறுப்பினராக இடம்பெற்றிருந்த அல்லாடி கிருஷ்ணசுவாமி அய்யரே, இவ்வழக்கில் வாதிகளின் சார்பில் வாதாடினார். வழக்கின் இறுதியில், சென்னை மாகாண அரசின் வகுப்புவாரி ஆணை தனிநபர் உரிமைக்கு எதிரானது (பிரிவு 15 மற்றும் 29(2)) என்றும், எனவே அது செல்லாது என்றும் மெட்ராஸ் உயர் நீதிமன்றம் தீர்ப்பளித்தது. தீர்ப்பிற்கு எதிராக மெட்ராஸ் மாகாண அரசு, உச்ச நீதிமன்றத்தில் மேல்முறையீடு செய்தது. வழக்கைத் தள்ளுபடி செய்த உச்ச நீதிமன்றம் (7 நீதிபதிகள் பெஞ்ச்), மெட்ராஸ் உயர் நீதிமன்றத் தீர்ப்பை உறுதி செய்தது. *(09.04.1951).* இந்த வழக்கில் ஒரு விசித்திரமான நிகழ்வு உண்டு. தன்னுடைய தனிநபர் உரிமை பாதிக்கப்பட்டதாகக் கூறி வழக்குப் போட்ட செண்பகம் துரைராசன் என்ற மாணவி, மருத்துவக் கல்லூரிக்கு விண்ணப்பித்திருக்கவே இல்லை. இருப்பினும், அவ்வழக்கை நீதிமன்றம் கருத்தில் கொண்டது.

அனைத்து வகுப்பினரும் முன்னேற வேண்டுமென்ற லட்சியத்தை அடைய வகுப்புவாரிக் கொள்கையை நடைமுறைப்படுத்திய மெட்ராஸ் மாகாண அரசிற்கு, உச்ச நீதிமன்றத்தின் இத்தீர்ப்பு கடும் பின்னடைவைத் தந்தது. வகுப்புவாரி உத்தரவுக்குப் பங்கம் ஏற்படாதவாறு அரசியலமைப்புச் சட்டத்தைத் திருத்தியெழுதக் கோரி தந்தை பெரியார், அறிஞர் அண்ணா, காமராஜர் போன்றோர் குரல்கொடுத்தனர். அண்ணா இது குறித்து எழுதிய கட்டுரைகள், பின்னாளில் "பொன்விலங்கு" என்ற தலைப்பில் வெளியிடப்பட்டது. அனைவரின் கூட்டு முயற்சியால், 18.06.1951 அன்று முதல்முறையாக அரசியலமைப்புச் சட்டம் திருத்தப்பட்டு, பிரிவு 15(4) புகுத்தப்பட்டது. "சமூகத்திலும், கல்வியிலும் பின்தங்கிய குடிமக்களுக்கோ அல்லது தாழ்த்தப்பட்ட மற்றும் மலைவாழ் மக்களுக்கோ முன்னேற்றம் அளிக்கக் கருதி, அரசு அளிக்கும் சலுகைகளை இப்பிரிவோ அல்லது 29(2) பிரிவோ தடை செய்யாது" என்று அதில் விளக்கப்பட்டது. அதாவது, தனிநபர் உரிமைக்கும் அப்பாற்பட்டதாக வகுப்புவாரி ஆணையைக் கருதியது அரசியலமைப்புச் சட்டம். இதன் விளைவாகப் பிற்படுத்தப்பட்ட வகுப்பினருக்கும், தாழ்த்தப்பட்ட மற்றும் மலைவாழ் வகுப்பினருக்கும் இடஒதுக்கீடு சாத்தியமானது.

பின்னாளில் மண்டல் கமிஷனின் பரிந்துரை அமல்படுத்தப்பட்ட போது, அதற்கெதிராகப் போடப்பட்ட வழக்கிலும் *(Indira Sawhney vs Union of India AIR 1993 SC 477)*, சாதி அடிப்படையிலான இடஒதுக்கீடு சரியே என்று உச்ச நீதிமன்றம் (9 நீதிபதிகள் பெஞ்ச்) தீர்ப்பளித்தது. செண்பகம் துரைராஜன் வழக்கின் விளைவால் முதலாவது அரசியலமைப்புச் சட்டத்திருத்தம் கொண்டுவரப்பட்டு, இடஒதுக்கீடு உறுதி செய்யப்பட்டது. இந்திரா சாவ்னி வழக்கின் தீர்ப்பு, இடஒதுக்கீட்டின் நியாயத்தை வலியுறுத்தியது. ஆக, அனைத்திற்கும் திருப்புமுனையாக அமைந்தது செண்பகம் துரைராசன் வழக்கு.

உதவிய நூல்கள், வலைதளங்கள்:

1) காமராஜ் ஒரு சகாப்தம்- ஆ. கோபண்ணா- நவ இந்தியா பதிப்பகம்.

2) *https://www.roundtableindia.co.in/history-of-reservation-and-the-present-situation-a-view-from-chennai/*

3) *http://www.legalserviceindia.com/article/l95-The-State-of-Madras-vs.-Smt.-Champakam-Dorairajan.html*

4) *https://legalswamp.in/quick-easy-summary-of-state-of-madras-v-champakam-dorairajan-caste-based-admissions-case/*

5) *https://legalswamp.in/indra-sawhney-v-union-of-india/*

★★★

11. தொழில்நுட்பம்

உலகின் மிகப்பெரிய ஜனநாயக நாடாக இந்தியா விளங்குவதற்குக் காரணம்- தேர்தல்கள். உலகின் மிகப்பெரிய ஜனநாயகத் திருவிழா- இந்தியத் தேர்தல். 21 வயது நிறைவடைந்த எவரும் வாக்களிக்கலாம் என்று அரசியலமைப்புச் சட்டம் உரிமையளித்தது (பின்னாளில் இது 18 வயதாகக் குறைக்கப்பட்டது). முதல் தேர்தல் நடந்த 1952ஆம் ஆண்டில் 17.2 கோடி மக்கள் வாக்காளர்களாக விளங்கினர். சராசரியாக ஆறில் ஒரு நபர் மட்டுமே எழுத்தறிவு பெற்றவராக விளங்கிய நாட்டில், வயது வந்தோருக்கான வாக்குரிமை *(Universal Adult Suffrage)* தோல்வியில்தான் முடியுமென்று ஆரூடம் கூறப்பட்டது. பணக்கார நாடுகளான ஐரோப்பிய, வட அமெரிக்க நாடுகளில் மட்டுமே மக்களாட்சி நடைமுறையில் இருந்தது. ஏழை நாடான இந்தியாவில் மக்களாட்சி நடைமுறைப்படுத்தப்படுவதை உலகம் வியப்போடும், சற்றுப் பொறாமையோடும் பார்த்தது. அறிவு முதிர்ச்சி அடையாத இந்திய நாட்டில், மக்களாட்சி முறை தோல்வியடையும் என்று கூறப்பட்டது. அனைத்தையும் கடந்துவந்து இன்றளவும் மக்களாட்சி நாடாகத் திகழ்கிறது இந்தியா.

தேர்தல் என்றால் தில்லுமுல்லு இல்லாமலா? கள்ள ஓட்டுப் போடுதல், வாக்குச் சாவடியைக் கைப்பற்றுதல் போன்றவை மிகச் சாதாரணமாக நடைபெற்று வந்தன. என்னதான் இந்தியத் தேர்தல் ஆணையம் மிகக் கண்டிப்பாக நடந்துகொண்டாலும், இத்தகைய

சம்பவங்கள் நடைபெற்ற வண்ணம் இருந்தன. தவிரவும், தேர்தல் நடத்துவதில் இன்னொரு சிக்கல்- வாக்குச் சீட்டு! சரியான விதத்தில் வாக்குச் சீட்டில் முத்திரையிடாவிட்டால், அது செல்லாத வாக்காகி விடும். மேலும், வாக்குச் சீட்டுகளை இடவும், அவற்றைப் பாதுகாக்கவும் லட்சக்கணக்கில் வாக்குப்பெட்டிகள் தேவைப்பட்டன. வாக்குச்சீட்டுகளை ஒவ்வொன்றாக எண்ணி தேர்தல் முடிவுகளை அறிவிப்பதற்குப் பல நாட்கள் ஆகின. ஆக, வாக்குச் சீட்டுகளைப் பயன்படுத்துவதால் தாள் விரயம், கால விரயம், பாதுகாப்புக் குறைவு போன்ற பல சிக்கல்கள்.

இந்தியாவின் ஆறாவது தலைமைத் தேர்தல் ஆணையர் ஷாம்லால் ஷக்தர் *(Shamlal Shakdhar)* இதற்கொரு தீர்வைக் கண்டார்- மின்னணு வாக்குப்பதிவு இயந்திரம் *(Electronic Voting Machine- EVM)*. *1977*இல் இந்த இயந்திரம் குறித்து முதலில் பேசப்பட்டது. இந்த இயந்திரத்தை *ECIL (Electronics Corporation of India Ltd)* மற்றும் *BEL (Bharat Electronics Limited)* ஆகிய இரு நிறுவனங்களும் வடிவமைத்தன. இத்தகைய இயந்திரங்களைத் தேர்தலில் பயன்படுத்த சட்டபூர்வமான அனுமதி தேவை. எனவே, *EVM* குறித்த ஷரத்துகளை மக்கள் பிரதிநிதித்துவச் சட்டத்தில் *(Representation of the People Act, 1951)* சேர்க்கச் சொல்லிப் பலமுறை வற்புறுத்தியது தேர்தல் ஆணையம். எதற்குமே மத்திய அரசு அசைந்து கொடுக்கவில்லை. எனவே அரசியலமைப்புச் சட்டத்தின் *324*வது பிரிவைப் பயன்படுத்தி, *EVM* இயந்திரங்களைப் பயன்படுத்தத் துவங்கியது தேர்தல் ஆணையம்.

கேரளாவின் பரூர் *(Parur)* சட்டமன்றத் தொகுதியில் நடந்த இடைத்தேர்தலில், *EVM* முதன்முதலாகப் பயன்படுத்தப்பட்டது (மே *1982)*. மொத்தமிருந்த *123* வாக்குச் சாவடிகளில், ஐம்பது இடங்களில் *EVM* இயந்திரம் பயன்படுத்தப்பட்டது. தேர்தலின் முடிவில் காங்கிரஸ் வேட்பாளர் *AC* ஜோஸ் இரண்டாயிரம் வாக்குகள் வித்தியாசத்தில் இந்திய கம்யூனிஸ்ட் வேட்பாளர் சிவன்பிள்ளையிடம் தோற்றுப்போனார். சட்ட அனுமதியின்றிப் பயன்படுத்தப்பட்ட *EVM* இயந்திரங்களே இதற்குக் காரணமென்று அவர் உயர் நீதிமன்றத்தை நாடினார். அரசியலமைப்புச் சட்டத்தின் *324*வது பிரிவின்படி தேர்தல் ஆணையத்திற்கு முழுமையான அதிகாரங்கள் உண்டென்று கூறி வழக்கைத் தள்ளுபடி செய்தது

உயர் நீதிமன்றம். 1982-83 ஆண்டுகளில் பல்வேறு மாநிலங்களில் நடந்த பத்து இடைத்தேர்தல்களில் EVM பயன்படுத்தப்பட்டது. EVM பயன்பாடு பரவலாக்கப்படும் நேரத்தில் ஒரு திருப்பம் நிகழ்ந்தது. உயர் நீதிமன்றத் தீர்ப்பிற்கெதிராக மேல்முறையீட்டில் உச்ச நீதிமன்றம் சென்றார் AC ஜோஸ். அங்கு அவருக்குச் சாதகமாகத் தீர்ப்பு வந்தது (1984 SCR (3) 74). மீண்டும் பரூர் தொகுதிக்குத் தேர்தல் நடத்தப்பட்டது. வாக்குச்சீட்டு கொண்டு நடத்தப்பட்ட இத்தேர்தலில் AC ஜோஸ் வென்றார். EVM பயன்பாடு நிறுத்தப்பட்டது.

நான்காண்டுகள் கழித்து EVM இயந்திரத்திற்குச் சட்டபூர்வமான அனுமதியை அளிக்கும் வண்ணம், மக்கள் பிரதிநிதித்துவ சட்டத்தில் 61A பிரிவு சேர்க்கப்பட்டது. (திசம்பர் 1988). இந்தச் சட்டத் திருத்தம் சரியே என்று உச்சநீதிமன்றம் தீர்ப்பு வழங்கியது (AIADMK vs Chief Election Commissioner and Others, SLP(C) 2824-25 of 2001). இத்தீர்ப்பு வருவதற்கு முன்பு, EVM இயந்திரங்களைப் பயன்படுத்துவதில் அரசியல் கட்சிகளிடையே கருத்தொற்றுமை ஏற்பட்டன. எனவே, 1998இல் நடந்த மாநிலத் தேர்தல்களில் (மத்தியப் பிரதேசம் மற்றும் ராஜஸ்தான்) மற்றும் தில்லி சட்டமன்றத் தேர்தலில் EVM பயன்படுத்தப்பட்டன. உச்ச நீதிமன்றத் தீர்ப்பிற்குப் பிறகு, EVM இயந்திரங்களைப் பயன்படுத்துவதில் இருந்த தடைகள் நீங்கின. இப்போதெல்லாம் எந்தத் தேர்தலிலும் EVM இயந்திரங்களே பயன்படுத்தப்பட்டு வருகின்றன. தேர்தலில் தோற்றுப்போகும் கட்சிகள் அவ்வப்போது EVM இயந்திரங்களின் மீது பழிசுமத்தினாலும், EVM இயந்திரங்களில் தில்லுமுல்லு நடப்பதாக இன்றுவரை யாராலும் நிரூபிக்க முடியவில்லை.

“பித்தலாட்ட அரசியலுக்கு அது எதிராகயிருந்ததால் அதற்கு முதல் எதிர்ப்பு. இரண்டாவது, அமெரிக்காவில்கூட இந்த மாதிரி இயந்திரங்களைப் பயன்படுத்தவில்லை. நமக்கெதற்கு என்று ஒரு தாழ்வு மனப்பான்மை. இரண்டையும் வெல்ல இத்தனை வருஷமாயிற்று” என்று எழுத்தாளர் சுஜாதா EVM குறித்து எழுதினார். இந்த இயந்திரத்தைத் தயாரிப்பதில் முக்கியப் பங்கு வகித்தவர் சுஜாதா!

தொழில்நுட்பத்தின் உதவியால் உருவாக்கப்பட்ட EVM இயந்திரத்தின் காரணமாக, இந்தியத் தேர்தல்களில் திருப்புமுனை ஏற்பட்டது.

உதவிய நூல்கள்:

1) *Elections in India- An overview, Sanjay Kumar, Routledge.*

2) *Manual on Electronic Voting Machine, 2023 August Edition, Election Commission Of India.*

3) *"Leap of Faith"- Journey of Indian Elections- Election Commission Of India.*

4) *Legal history of EVMs and VVPATs- A compilation and analysis of case laws- Election Commission Of India.*

5) *சுஜாதாட்ஸ் - சுஜாதா- விகடன் பதிப்பகம்.*

★★★

12. தீப்பொறி

மக்களின் எதிர்ப்புக்குரல் முதலில் சிறிய அளவில்தான் தோன்றும். அப்போதே அதைக் கவனித்துப் பிரச்சனையைத் தீர்த்துவிட்டால் நல்லது. "பிரச்சனை அதுவாகச் சரியாகிவிடும்" என்றோ "எதிர்ப்புக்குரல் நாளடைவில் அடங்கிவிடும்" என்றோ அலட்சியமாக இருந்திடக்கூடாது. அவ்வாறு இருந்துவிட்டால், மக்கள் எதிர்ப்பு என்னும் தீப்பொறியின் விளைவு எண்ணிப்பார்க்க முடியாததாக இருக்கும்.

கோஷ்டிப் பூசலுக்குப் பெயர்போன காங்கிரஸ் கட்சி, 1969இல் இரண்டாக உடைந்தது. இந்திரா காந்தி தலைமையிலான கட்சி, காங்கிரஸ்(R) எனப்பட்டது. சிண்டிகேட் அணியைச் சேர்ந்த பழைய காங்கிரஸ் தலைவர்கள் இருந்த கட்சி, காங்கிரஸ்(O) எனப்பட்டது. ஒரே கட்சிக்குள் கோஷ்டிகளாக இருந்தவர்கள், கட்சியையே உடைத்துச் சண்டையிடத் துவங்கினர். பல்வேறு தேர்தல்களில் இச்சண்டை வெளிப்பட்டது. 1972இல் குஜராத் மாநில சட்டமன்றத் தேர்தல் இதற்கு விதிவிலக்கல்ல. காங்கிரஸ்(R) கட்சி இத்தேர்தலில் வெற்றிபெற்றது. மொத்தமுள்ள 168 இடங்களில் அக்கட்சி 140இல் வெற்றி பெற்றிருக்க, காங்கிரஸ்(O) கட்சியால் 16 இடங்களை மட்டுமே பெறமுடிந்தது. மேலிடத்தால், கன்ஷ்யாம் ஓசா *(Ghanshyam Oza)* என்பவர் முதல்வராக அமர்த்தப்பட்டார்.

ஏனைய கோஷ்டிகள் சண்டை கிளப்பிட அவர் கீழிறக்கப்பட்டு, சிமன்பாய் படேல் (*Chimanbhai Patel*) அமர்த்தப்பட்டார் (ஜூலை 1973).

1974இல் வரவிருந்த உத்தரப் பிரதேசச் சட்டமன்றத் தேர்தலில் வெற்றிபெற வேண்டிய கட்டாயத்தில் இருந்த காங்கிரஸ்(R), அதற்காகப் பல்வேறு வழிகளைக் கையாண்டது. உத்தரப் பிரதேசத்திற்கான உணவு தானிய ஒதுக்கீடு அதிகரிக்கப்பட்டது. இதற்காகப் பல்வேறு மாநிலங்களின் ஒதுக்கீட்டு அளவு குறைக்கப்பட்டது. மாதத்திற்குச் சுமார் ஒரு லட்சம் டன் அளவுக்கு கோதுமை ஒதுக்கீடு பெற்றுவந்த குஜராத்திற்கு, 35,000 டன் மட்டுமே ஒதுக்கீடு செய்யப்பட்டது. இது போதாதென்று, முந்தைய இரண்டாண்டுகளில் வானம் பொய்த்துப் பஞ்சம் நிலவி வந்தது. இந்தச் சூழலில், ஒதுக்கீட்டு அளவும் குறைக்கப்பட்டதால் பதுக்கல் அதிகரித்தது. மக்களுக்கு அடிப்படை உணவு தானியம் கிடைப்பதில் மிகுந்த சிரமம் ஏற்பட்டது. விலைவாசி கடுமையாக ஏறத் துவங்கியது. இதன் விளைவுகளுள் ஒன்றாக, கல்லூரி உணவுக்கூடக் கட்டணம் ஏறத்துவங்கியது.

டிசம்பர் 1973 துவங்கி, குஜராத் மாநிலத்தின் பல்வேறு கல்லூரிகளைச் சேர்ந்த மாணவர்கள் போராடத் துவங்கினர். இப்போராட்டத்திற்குப் பொதுமக்களின் ஆதரவும் கிடைத்தது. மக்களின் எதிர்ப்பிற்கான வேர்க்காரணத்தை அறிந்துகொண்டு அதைச் சரிசெய்யவேண்டிய மாநில அரசு, அதற்கு நேர்மாறான வழியில் செயல்படத் துவங்கியது. மக்களின் எதிர்ப்பை அடக்க முதலில் காவல்துறையும், பிறகு இராணுவமும் களமிறக்கப்பட்டது. பெரும்பாலும் சத்தியாகிரக வழியில் நடைபெற்ற இப்போராட்டங்களில், நாளடைவில் வன்முறையும் சேர்ந்துகொண்டது. பொது வேலை நிறுத்தங்கள் நடைபெற்றன. தடியடி, கலவரங்கள் ஏற்பட்டன. கண்ணீர்ப் புகை குண்டுகள் வீசப்பட்டன. துப்பாக்கிச் சூடு நடந்தது. நூற்றுக்கணக்கானோர் பலியாகினர். அரசியல் கட்சிகள் களமிறங்கின. காங்கிரஸ்(O), ஜன சங்கம் போன்ற கட்சிகளின் சட்டமன்ற உறுப்பினர்கள், தத்தம் பதவிகளை ராஜினாமா செய்தனர்.

“நவநிர்மாண் அந்தோலன்” (*Navanirman Andolan*) என்று பெயரிடப்பட்ட இப்போராட்டம் 1974 மார்ச் வரை நீடித்தது.

வேறு வழியின்றி, குஜராத் முதல்வராக இருந்த சிமன்பாய் படேல் பதவி விலகினார். போராட்டம் இத்தோடு முடியவில்லை. குஜராத் மாநிலச் சட்டமன்றத்தைக் கலைத்து உடனே தேர்தல் நடத்தப்பட வேண்டுமென்று கோரி, மொரார்ஜி தேசாய் சாகும்வரை உண்ணாவிரதம் இருக்கத் துவங்கினார். இதற்கு உடன்பட மறுத்து, பிரதமர் இந்திரா காந்தி மக்களவையில் பேசினார். மொரார்ஜி தேசாய்க்கு ஆதரவு பெருகத் தொடங்கியது. மத்திய அரசிற்குக் குடைச்சல் ஏற்பட்டது. இறுதியில், வேறு வழியின்றி இந்திரா காந்தி ஒப்புக்கொண்டார். குஜராத் மாநிலச் சட்டசபை கலைக்கப்பட்டு, குடியரசுத் தலைவர் ஆட்சி வந்தது (மார்ச் 1974). ஜூன் 1975இல் நடந்த தேர்தலில் காங்கிரஸ்(R) தோற்றது என்பதைச் சொல்லத் தேவையில்லை. எதிர்க்கட்சிகளின் கூட்டணி ("ஜனதா மோர்ச்சா"- மக்கள் முன்னணி) வென்று ஆட்சியமைத்தது. பாபுபாய் பட்டேல் *(Babubhai Patel)* என்பவர் முதல்வரானார்.

மாணவர்களின் எதிர்ப்புப் போராட்டம் என்று சிறிய அளவில் துவங்கிய நிகழ்வு, முற்றிலுமாகச் சட்டமன்றம் கலைக்கப்படும் நிலைக்குச் சென்றது. குஜராத் மாணவப் போராட்டங்களைக் கூர்ந்து கவனித்தார் JP (ஜெயபிரகாஷ் நாராயண்). 1954இல் அவர் அரசியலில் இருந்து ஓய்வு பெற்றிருந்தார். அவருடைய மனைவி பிரபாவதி தேவி புற்றுநோயால் இறந்திருந்தார் (ஏப்ரல் 1973). தனிமையில் வெறுப்புற்றிருந்த JPக்கு, குஜராத் மாநிலத்தில் நடந்த இப்போராட்டங்கள் உத்வேகம் அளித்தன. பீகாரிலும் அத்தகைய போராட்டங்கள் நடைபெறவே, அவற்றிற்கு JP ஆதரவளித்தார். மத்திய மற்றும் மாநில ஆட்சிகளுக்கு எதிரான இப்போராட்டங்களுக்குப் பெருமளவில் ஆதரவு பெருகுவதைக் கண்ட JP, நாடு தழுவிய அளவில் இப்போராட்டங்களை நடத்த முடிவுசெய்தார். "முழுமையான புரட்சி"க்கு *(Total Revolution- Sampoorna Kranti)* அறைகூவல் விடுத்தார். இவற்றின் ஒட்டுமொத்த விளைவு- ஜூன் 25, 1975 அன்று இந்திரா காந்தியால் அவசரநிலை பிரகடனம் *(National Emergency)* அறிவிக்கப்பட்டது.

ஒரு மாநிலத்தில் துவங்கிய மாணவப் போராட்டம், ஒட்டுமொத்த நாட்டின் அரசியல் நிலையை மாற்றிய ஒரு பெரிய திருப்புமுனையாக அமைந்தது.

உதவிய நூல்கள், கட்டுரைகள்:

1) *"Urban Upheaval in India: The 1974 Nav Nirman Riots in Gujarat"- Dawn E. Jones and Rodney W. Jones - Asian Survey, Vol. 16, No. 11 (Nov., 1976).*

2) *"Dialogue with life"- Madhu Dhandavate- Allied Publishers Private Limited.*

★★★

13. கூட்டணி

நாடு விடுதலை பெற்றபிறகு நடந்த முதல் மூன்று பொதுத் தேர்தல்களிலும் (1952, 1957 மற்றும் 1962) காங்கிரஸ் கட்சி அமோக வெற்றிபெற்றது. மூன்று தேர்தல்களிலும் கிட்டத்தட்ட முக்கால்வாசி மக்களவை இடங்களில் வெற்றிபெற்று அக்கட்சி ஆட்சியமைத்தது. விடுதலைக்குப் போராடிய கட்சி, பொதுமக்களுக்கு ஏற்கனவே நன்கு அறிமுகமாகியிருந்த அதன் தலைவர்கள், நாடு முழுவதிலும் வேர்விட்டு வளர்ந்திருந்த கட்சியமைப்பு, அனைத்திற்கும் மேலாக நேருவின் தலைமை- வெற்றிபெற இதற்கு மேல் என்ன வேண்டும்? மத்தியில் மட்டுமல்ல- மாநிலங்களிலும் காங்கிரஸ் கட்சியே வெற்றிபெற்று ஆட்சியமைத்துக் கொண்டிருந்தது. கேரளாவில் கம்யூனிஸ்ட் கட்சி பெற்ற வெற்றி(1957) இதற்கு விதிவிலக்கு என்றாலும், தோல்வி என்றால் என்னவென்றே தெரியாத நிலையில் இருந்தது காங்கிரஸ் கட்சி- 1967 தேர்தல் வரையில்!

1967இல் நான்காவது பொதுத்தேர்தல் வந்தது. நேரு இல்லாமல் நாடு எதிர்கொண்ட முதல் தேர்தல் அது! நாட்டில் அப்போது நிலவி வந்த பல்வேறு பிரச்சனைகள் குறித்து விளக்கியெழுதிய வெளிநாட்டுப் பத்திரிகைகள், இந்தியா உடையும் நாள் வெகுதொலைவில் இல்லையென்று கணித்தன. 1967 தேர்தல் சமயத்தில், “லண்டன் டைம்ஸ்” பத்திரிகையில் இந்தியா குறித்த

கட்டுரைகளை எழுதிவந்தார் நெவில் மேக்ஸ்வெல் *(Neville Maxwell)* என்ற பத்திரிகையாளர். "நான்காவது பொதுத் தேர்தலில் வெகுவிரைவில் இந்தியர்கள் வாக்களிப்பார்கள் - அதுவே நிச்சயமாக இந்தியாவின் கடைசிப் பொதுத்தேர்தலாக இருக்கும்" என்றெல்லாம் அவர் தனது கட்டுரையில் குறிப்பிட்டிருந்தார். (தன்னுடைய கணிப்பு முற்றிலுமாகப் பொய்த்துப் போனதை நேரில் காண நேர்ந்த மேக்ஸ்வெல், தன்னுடைய 92வது வயதில் 2019இல் காலமானார்).

மக்களவைக்கு நடந்த 1967 பொதுத் தேர்தலில் காங்கிரஸ் வெற்றிபெற்றது என்றாலும் கூட, அக்கட்சியின் பலவீனங்கள் அத்தேர்தலில் வெளிவந்திருந்தன. 360 இடங்களுக்குக் குறையாமல் அதுவரையில் வென்றுவந்த காங்கிரஸ், அத்தேர்தலில் 283 இடங்களில் மட்டுமே வெல்ல முடிந்தது. மத்திய அமைச்சர்களாகப் பதவி வகித்த பலர் அத்தேர்தலில் தோற்றிருந்தனர். சட்டமன்றத் தேர்தல்களிலோ காங்கிரஸ் கட்சியின் நிலை இன்னும் மோசம்-ஒன்பது மாநிலங்களில் ஆட்சியைப் பறிகொடுத்திருந்தது (இந்தியாவில் அப்போது பதினேழு மாநிலங்கள்தான் இருந்தன). மெட்ராஸ் மாகாணத்தில் திமுக வெற்றி பெற்றிருந்தது. காங்கிரஸ் கட்சியைத் தோற்கடித்துத் தனிப் பெரும்பான்மை பெற்ற முதல் கட்சி என்ற பெருமையை அத்தேர்தலில் திமுக பெற்றது. (1957இல் கேரளாவில் காங்கிரசை எதிர்த்துக் கம்யூனிஸ்ட் கட்சி வெற்றி பெற்றிருந்தாலும், அக்கட்சிக்குத் தனிப்பெரும்பான்மை கிடைத்திருக்கவில்லை. ஐந்து சுயேச்சை உறுப்பினர்களின் ஆதரவுடன்தான் அக்கூட்சியால் ஆட்சியமைக்க முடிந்தது).

காங்கிரசின் இந்த வீழ்ச்சிக்குப் பல்வேறு காரணங்கள் இருந்தன. நேரு போன்ற இன்னொரு தலைவரை, காங்கிரசால் அப்போது அடையாளம் காண முடியவில்லை- இந்திராகாந்தி அப்போதுதான் பிரதமராகப் பதவியேற்றிருந்தார். அடுத்தடுத்த போர்கள் (1962 மற்றும் 1965), விலைவாசி உயர்வு, மதக் கலவரங்கள், உணவுத் தட்டுப்பாடு, வேலைவாய்ப்பின்மை போன்ற பல்வேறு பிரச்சனைகளால் பொதுமக்கள் வெறுத்துப் போயிருந்தனர். தனித்தனியே காங்கிரசை எதிர்த்து நின்றால், காங்கிரஸ் எதிர்ப்பு வாக்குகள் சிதறி, இறுதியில் அது காங்கிரஸ் ஆட்சியமைப்பதில் போய் முடிந்ததை உணர்ந்தன எதிர்க்கட்சிகள். விளைவு

- காங்கிரசை எதிர்க்க அனைத்துக் கட்சிகளும் ஓரணியில் திரண்டிருந்தன. காங்கிரஸ் எதிர்ப்பு முன்னணியைப் பல்வேறு மாநிலங்களில் உருவாக்கின. *"Non-Congressism"* என்று இந்தத் திட்டத்திற்குப் பெயரிட்டார் சோஷலிசத் தலைவர் இராம் மனோகர் லோகியா *(Ram Manohar Lohia)*. இவ்வாறு பல்வேறு காரணங்களின் விளைவால், காங்கிரஸ் பல மாநிலங்களில் தோற்க நேர்ந்தது. "காங்கிரஸ் ஆளும் மாநிலங்கள் ஒன்று கூட வராமலேயே, தில்லியிலிருந்து ஹவுரா (கல்கத்தா) வரை இரயிலில் செல்லலாம்" என்று காங்கிரஸ் பல மாநிலங்களில் தோற்றதைக் குறித்து அன்றைய காலகட்டத்தில் குறிப்பிட்டனர். "காங்கிரஸ் கட்சியும் தோற்கும்" என்பதை எண்ணிப் பார்க்கவே, அப்போது அதிசயமாக இருந்தது.

காங்கிரஸ் தோற்றிருந்த ஒன்பது மாநிலங்களில், மெட்ராஸ் மாகாணத்தில் மட்டுமே கூட்டணி ஆட்சி இல்லை (திமுக தனிப்பெரும்பான்மை பெற்றிருந்தது. அறிஞர் அண்ணா முதல்வராகப் பதவியேற்றார்). மற்ற எட்டு மாநிலங்களிலும் கூட்டணி ஆட்சி அமைந்தன. *"Non-Congressism"* என்று குறிப்பிடப்பட்டாலும், அத்தகைய கூட்டணி ஆட்சி நிலைத்திருக்கவில்லை. காங்கிரஸ் எதிர்ப்பு என்ற ஒரே புள்ளியில் ஒன்றிணைந்த கட்சிகளுக்கிடையே பல்வேறு வேறுபாடுகள் நிலவின. இடது, வலது வேறுபாடுகள் இருந்தன; சோஷலிசக் கட்சிகளிலும் கூட பேதங்கள் இருந்தன. இவையனைத்தும் ஒன்றுசேர்ந்து உருவாக்கப்பட்ட அரசாங்கங்கள் *"SVD Governments"* என அழைக்கப்பட்டன. (*"Samyukt Vidhayak Dhal"* என்ற இந்திச் சொற்றொடரின் சுருக்கம் - தமிழில் "கூட்டு சட்டமன்றக் கட்சி). இத்தகைய கூட்டணி ஆட்சிகள் நீடிக்கவில்லை என்றாலும் கூட, இந்தியாவில் கூட்டணி ஆட்சி அமைக்க முடியும் என்பதை இவை நிரூபித்தன. பின்னாளில் காங்கிரஸ் கட்சி இன்னும் பலவீனமடைந்த நிலையில், மத்தியிலும் கூட்டணி ஆட்சி அமைவதற்கு இத்தகைய அரசாங்கங்கள் முன்னோடியாக இருந்தன.

ஆக, காங்கிரஸ் பலம்குன்றிப் போனதற்கும், கூட்டணி ஆட்சி அமைப்பதைச் சாத்தியப்படுத்தியதற்கும் 1967 தேர்தல்கள் திருப்புமுனையாக அமைந்தன.

உதவிய நூல்கள்:

1) *"Politics in India since Independence"- Textbook in Political Science for Class XII- NCERT.*

2) *"India after Gandhi"- Ramachandra Guha- Picador India.*

3) *"Statistical Report on General Elections, 1967 to the Fourth Lok Sabha - First Volume"- Election Commission of India.*

★★★

14. அழிக்க முடியாத அடிப்படை!

அரசியலமைப்புச் சட்டம் *(Constitution)* என்பது ஒரு நாட்டின் அடிப்படைச் சட்டம். ஒவ்வொருவர் பெயரின் முன்பும் இருக்கும் முதலெழுத்தைப் போன்றதே - ஒவ்வொரு நாட்டின் அரசியலமைப்புச் சட்டமும். மக்களால் மக்களுக்காக இயற்றப்பட்டு, நிறைவேற்றப்பட்டு, அளிக்கப்படுவதாகவே நம் நாட்டு அரசியலமைப்புச் சட்டத்தின் முன்னுரையில் *(Preamble to the Constitution of India)* குறிப்பிடப்பட்டுள்ளது. எனவே, மக்களாட்சியை அடிப்படையாகக் கொண்ட நம் நாட்டில், உச்சபட்ச அரசியல் அதிகாரம் பெற்றவர்கள் - பொதுமக்கள். பொதுமக்களால் தேர்ந்தெடுக்கப்பட்ட அரசாங்கம், அரசியலமைப்புச் சட்டத்தைத் தன்னுடைய விருப்பத்திற்கேற்ப மாற்றியெழுத முடியுமா என்ற முக்கியத்துவம் வாய்ந்த கேள்வி ஐம்பதுகளிலேயே எழுந்தது.

அரசியலமைப்புச் சட்டத்தின் பகுதி 20இல் உள்ள 368வது பிரிவு, அரசியலமைப்புச் சட்டத்தைத் திருத்துவதற்கான வழிமுறைகளை விளக்குகிறது. சில திருத்தங்களை, நாடாளுமன்றத்தின் சாதாரண பெரும்பான்மையுடன் மேற்கொள்ளலாம். சில திருத்தங்களை, நாடாளுமன்றத்தின் சிறப்புப் பெரும்பான்மையுடன் (மூன்றில் இரு மடங்கு பெரும்பான்மை) நிறைவேற்றலாம். இன்னும் சில திருத்தங்களுக்கோ, நாடாளுமன்ற சிறப்புப் பெரும்பான்மையுடன்

பாதிக்கும் மேற்பட்ட மாநிலங்களின் சட்டமன்ற ஒப்புதலும் தேவைப்படும். நாடாளுமன்றத்திலும், ஏறக்குறைய நாட்டின் அனைத்து மாநிலங்களிலும் ஒரே கட்சி ஆட்சியில் இருக்கும்பட்சத்தில், அரசியலமைப்பின் எந்தப் பிரிவையும் திருத்தக்கூடிய பலத்தை அக்கட்சி பெற்றுவிடுகிறது. அத்தகைய சூழலில் அக்கட்சியால், தான் நினைத்தபடி அரசியலமைப்பை மாற்றியெழுத முடியுமா என்ற விவாதம் எழுந்தது.

அரசியலமைப்புச் சட்டத்தின் மூன்றாம் பகுதியில் உள்ள அடிப்படை உரிமைகளை *(Fundamental Rights)*, எந்தச் சட்டத்தாலும் குறைக்கவோ அல்லது நீக்கவோ முடியாது. அவ்வாறு ஏதேனும் சட்டம் இயற்றப்பட்டால் அத்தகைய சட்டம் செல்லாது என்று அரசியலமைப்புச் சட்டத்தின் பிரிவு 13(2)இல் குறிப்பிடப்பட்டுள்ளது. அரசியலமைப்புச் சட்டத்தில் மேற்கொள்ளப்பட்ட முதல் சட்டத்திருத்தம்(1951), அடிப்படை உரிமைகளைப் பாதிக்கும்வகையில் உள்ளதாகவும், எனவே பிரிவு 13(2)இன்படி அச்சட்டத்திருத்தத்தைச் செல்லாததாக அறிவிக்க வேண்டுமென்றும் கூறி உச்சநீதிமன்றத்தில் வழக்குத் தொடரப்பட்டது *[Sri Shankari Prasad Singh Deo v. Union of India and State of Bihar (AIR 1951 SC 458)]*. அரசியலமைப்புச் சட்டத்தில் மேற்கொள்ளப்படுகின்ற திருத்தங்கள் எவையும், பிரிவு 13(2)இல் குறிப்பிடப்பெறும் "சட்டம்" என்ற சொல்லிற்குள் அடங்குமா என்ற கேள்வியே, இந்த வழக்கின் அடிப்படைக் கேள்வியாக அமைந்தது. இந்த வழக்கை விசாரித்த ஐந்து நீதிபதிகள் கொண்ட அமர்வு, ஒருமனதாகத் தீர்ப்பு வழங்கியது. அரசியலமைப்புச் சட்டத்தில் மேற்கொள்ளப்படுகின்ற திருத்தங்கள், பிரிவு 13(2)இல் குறிப்பிடப்பெறும் "சட்டம்" என்ற சொல்லிற்குள் அடங்காதென்று தீர்ப்பு வழங்கப்பட்டது. இதன் பொருள் என்னவென்றால், அரசியலமைப்புச் சட்டத்தைத் திருத்துவதன் மூலம் அடிப்படை உரிமைகளைக் குறைக்கவோ நீக்கவோ முடியும். ஆனால், வேறொரு தனி சட்டத்தின் வாயிலாக அடிப்படை உரிமைகளைக் குறைக்கவோ, நீக்கவோ முடியாது.

அரசியலமைப்புச் சட்டத்தில் பதினேழாவது திருத்தம் *(17th Constitutional Amendment, 1964)* செய்யப்பட்டதைத் தொடர்ந்து, உச்ச நீதிமன்றத்தில் இன்னொரு வழக்குத் தொடுக்கப்பட்டது

(Sajjan Singh v. State of Rajasthan (AIR 1965 SC 845)]. பதினேழாவது சட்டத்திருத்தம் செல்லாதென்று அறிவிக்கக் கோரி இவ்வழக்கு தொடரப்பட்டது (அரசியலமைப்புச் சட்டத்தின் ஒன்பதாவது அட்டவணையின் கீழ், நிலச் சீர்திருத்தம் தொடர்பான 44 சட்டங்கள் இந்தச் சட்டத்திருத்தத்தின் வாயிலாகச் சேர்க்கப்பட்டன. இவை யாவும் அடிப்படை உரிமைகளுக்கு முரணானதாக இருந்தாலும், அவை செல்லுபடியாகும் என்று அரசியலமைப்புச் சட்டம் திருத்தப்பட்டது). வழக்கை விசாரித்த ஐந்து நீதிபதிகள் கொண்ட அமர்வு, அத்திருத்தம் செல்லுமென்று ஒருமனதாகத் தீர்ப்பு வழங்கியது. இவ்வாறு மேற்கொள்ளப்படும் அரசியலமைப்புச் சட்டத்திருத்தங்கள், முன்தேதியிடப்பட்டும் நடைமுறைக்குக் கொண்டுவரப்படலாம் என்றும் தீர்ப்பளித்தது. சங்கரி பிரசாத் வழக்கின் தீர்ப்பை இந்த வழக்கில் மேற்கோள் காட்டிய பெரும்பான்மை நீதிபதிகள், அரசியலமைப்புச் சட்டத்தில் மேற்கொள்ளப்படுகின்ற திருத்தங்கள், பிரிவு 13(2)இல் குறிப்பிடப்பெறும் “சட்டம்” என்ற சொல்லிற்குள் அடங்காதென்று கூறினர். எனவே, அரசியலமைப்புச் சட்டத்தைத் திருத்துவதில், நாடாளுமன்றத்தின் அதிகாரத்திற்கு எல்லையே இல்லையென்று மீண்டும் உறுதிப்படுத்தப்பட்டது. அதாவது, நாடாளுமன்றத்தில் அசுரபலத்துடன் ஆட்சியில் இருக்கும் கட்சியால், அடிப்படை உரிமைகளைப் பறிக்கும் வகையில் அரசியலமைப்புச் சட்டத்தையே மாற்றியெழுத முடியும்.

பதினேழாவது திருத்தம் அடிப்படை உரிமைகளுக்கு (குறிப்பாகச் சொத்துரிமைக்கு) எதிராக உள்ளதென்றும், எனவே அத்திருத்தத்தைச் செல்லாததென்று அறிவிக்க வேண்டுமென்றும் கோரி இன்னொரு வழக்கு உச்சநீதிமன்றத்தில் தொடுக்கப்பட்டது *[I.C. Golaknath and Ors v. State of Punjab and Anr (AIR 1967 SC 1643)]*. பதினோரு நீதிபதிகள் கொண்ட அமர்வு இவ்வழக்கை விசாரித்தது.அடிப்படை உரிமைகளை நீக்கும் (அல்லது குறைக்கும்) எந்தச் சட்டமும் செல்லாது என்று பெரும்பான்மை (ஆறு) நீதிபதிகள் தீர்ப்பளித்தனர். மேலும், அரசியலமைப்புச் சட்டத்தில் மேற்கொள்ளப்படுகின்ற திருத்தங்கள் அனைத்தும், பிரிவு 13(2)இல் குறிப்பிடப்பெறும் “சட்டம்” என்ற சொல்லிற்குள் அடங்குமென்றும் தீர்ப்பளித்தனர். ஆயினும், அத்தீர்ப்பு எதிர்கால அரசியலமைப்புத் திருத்தங்களுக்கு மட்டுமே பொருந்துமென்றும், அதற்கு முந்தைய

முதலாவது, நான்காவது மற்றும் பதினேழாவது திருத்தங்கள் செல்லுமென்றும் தீர்ப்பளித்தனர். அதாவது, அத்தீர்ப்பிற்குப் பிறகு அடிப்படை உரிமைகளைப் பாதிக்கின்ற வகையில் எந்தச் சட்டத்தையும் இயற்றமுடியாது. மேலும், அடிப்படை உரிமைகளைப் பாதிக்கின்ற வகையில் அரசியலமைப்புச் சட்டத்தையும் திருத்த முடியாது. சங்கரி பிரசாத் மற்றும் சஜ்ஜன் சிங் ஆகிய இரு வழக்குகளில் வழங்கப்பட்ட தீர்ப்பிற்கு நேரெதிராக இத்தீர்ப்பு அமைந்தது. மத்தியில் ஆண்ட காங்கிரஸ் கட்சிக்கு இத்தீர்ப்பு கடும் பின்னடைவைத் தந்தது. உச்சபட்ச அதிகாரம் இருப்பது நாடாளுமன்றத்திற்கா அல்லது நீதிமன்றத்திற்கா என்ற விவாதம், யுத்தமாக மாறியது.

கோலக்நாத் வழக்கின் தீர்ப்பினை மீறிய மத்திய அரசாங்கம், அரசியலமைப்புச் சட்டத்தை மீண்டும் திருத்தி, 24வது அரசியலமைப்புச் சட்டத்திருத்தத்தை நிறைவேற்றியது *(24th Constitutional Amendment,1971)*. அனைத்து அடிப்படை உரிமைகளையோ அல்லது அவற்றில் ஏதேனும் ஒன்றையோ நீக்கவும், குறைக்கவும் நாடாளுமன்றத்திற்கு இந்தத் திருத்தம் அதிகாரமளித்தது. இதற்குச் சில மாதங்கள் முன்புதான் கேசவானந்த பாரதி என்ற கேரள மடத்தின் தலைவர், கேரள அரசாங்கத்தின் நிலச் சீர்திருத்த நடவடிக்கைகளுக்கு எதிராக உச்சநீதிமன்றத்தில் 1970இல் வழக்கு தொடுத்திருந்தார். வழக்கு தாக்கல் செய்யப்பட்ட பிறகு, மத்திய அரசாங்கம் தொடர்ச்சியாக அரசியலமைப்புச் சட்டத்தைத் திருத்தியமைத்தது *(24th Constitutional Amendment, 1971 to 29th Constitutional Amendment, 1972)*. இருபத்தொன்பதாவது திருத்தத்தின்படி, கேரள நிலச் சீர்திருத்தச் சட்டம் ஒன்பதாவது அட்டவணையில் சேர்க்கப்பட்டது. ஐந்து நீதிபதிகள் அமர்வின் முன்பு நிலுவையில் இருந்த இவ்வழக்கு, மத்திய அரசாங்கத்தின் தொடர் நடவடிக்கைகளால் பதிமூன்று நீதிபதிகள் அமர்விற்கு மாற்றப்பட்டது (ஆகஸ்ட் 1972). அப்போது உச்சநீதிமன்றத்தில் இருந்த மொத்த நீதிபதிகளின் எண்ணிக்கையே பதினைந்து தான். ஒரு வழக்கினை அதிகபட்ச எண்ணிக்கையிலான நீதிபதிகள் விசாரித்தது இவ்வழக்கில்தான்!

நவம்பர் 1972 முதல் ஏப்ரல் 1973 வரை விசாரிக்கப்பட்ட இவ்வழக்கின் தீர்ப்பு ஏப்ரல் 24, 1973 அன்று வெளியிடப்பட்டது.

"அரசியலமைப்பின் அடிப்படை அம்சங்கள் மாற்றப்பட முடியாதவை" என்கிற முக்கியமான தீர்ப்பு இவ்வழக்கில்தான் வெளியானது. அரசியலமைப்புச் சட்டத்தில் எவையெவை அடிப்படை அம்சங்கள் என்கிற தெளிவான வரையறைகளை இவ்வழக்கின் தீர்ப்பில் கூறாத உச்ச நீதிமன்றம், அவ்வாறு கூறுவது கடினம் என்பதையும் இத்தீர்ப்பில் பதிவுசெய்தது. இருப்பினும், சில அம்சங்களை அடிப்படை அம்சங்களாகத் தனது தீர்ப்பில் குறிப்பிட்டது உச்சநீதிமன்றம்: மக்களாட்சி முறை, கூட்டாட்சி, மதச்சார்பற்ற அரசு, அரசியலமைப்பின் மேன்மை, நீதிமன்றப் பரிசீலனை போன்றவை. இத்தகைய அடிப்படை அம்சங்கள் பாதிக்கின்ற வகையில் அரசியலமைப்புச் சட்டத்தைத் திருத்த முடியாதென்று இவ்வழக்கில் தெளிவுபடுத்தப்பட்டது. இதன் பொருள் என்னவென்றால்- நாடாளுமன்றமும், அனைத்து மாநிலச் சட்டமன்றங்களும் நூற்றுக்கு நூறு சதவீதம் ஒரே கட்சியின் உறுப்பினர்களால் நிறைந்திருந்தாலும் கூட, அவர்களால் அரசியலமைப்புச் சட்டத்தின் அடிப்படை அம்சங்களை மாற்றியமைக்க முடியாது- எடுத்துக்காட்டாக மக்களாட்சி முறையை நீக்க முடியாது; மதச்சார்பற்ற அரசுமுறையைக் கலைக்க முடியாது. அனைத்திற்கும் மேலான நிலையில் அரசியலமைப்புச் சட்டத்தை வைத்தது இத்தீர்ப்பு. உச்சநீதிமன்றத்தின் ஆகச்சிறந்த தீர்ப்புகளுள் ஒன்றாக இந்த வழக்கின் தீர்ப்பினைக் கருதலாம். மனம்போன போக்கில் அரசியலமைப்புச் சட்டத்தை மாற்றிக்கொண்டிருந்த ஆட்சியாளர்களுக்குக் கடிவாளம் போட்டு நிறுத்தி, அரசியலமைப்புச் சட்டத்திற்கு உயர்ந்த மதிப்பளித்த திருப்புமுனைத் தீர்ப்பு இது!

உதவிய நூல்கள்:

1) *Landmark judgments that changed India- Justice Asok K Ganguly- Rupa Publications.*

2) *Indian Polity - M.Laxmikanth-Tata Mcgraw Hill.*

15. சனியில் முளைத்த வெள்ளி!

அறுபதுகளில் இந்தியா கடும் நெருக்கடியில் இருந்தது. விடுதலை அடைந்து பத்தாண்டுகளுக்கு மேல் ஆகியும், எதிர்பார்த்திருந்த அளவிற்கு நாம் முன்னேறியிருக்கவில்லை. சீனாவுடன் போர்(1962), நேருவின் மரணம்(1964), பாகிஸ்தானுடன் போர்(1965), இலால் பகதூர் சாஸ்திரியின் மரணம்(1966) என்று தொடர்ச்சியாகச் சவால்கள். இவை போதாதென்று தொடர்ச்சியாக இரண்டாண்டுகளுக்குப் பஞ்சம். இவற்றின் விளைவால் நாட்டின் ஒட்டுமொத்த உள்நாட்டு உற்பத்தி வளர்ச்சி சதவிகிதம் *(GDP%)* தொடர்ச்சியாகப் பூஜ்ஜியத்திற்கும் கீழே சென்றது*(1965-66* மற்றும் *1966-67).* உணவு உற்பத்தியிலும் தன்னிறைவு அடைந்திருக்காத நிலையில், மேலை நாடுகளிடம் கையேந்தி நின்றிருந்தோம். *PL-480 (Public Law-480)* திட்டத்தின் கீழ் நமக்குக் கோதுமையைக் கொடுத்துக் கொண்டிருந்த அமெரிக்கா, 1965இல் அதை நிறுத்தியது. ரூபாயின் மதிப்பைக் குறைக்க *(Rupee Devaluation)* அழுத்தம் தரப்பட்டது. விளைவு, ஜூலை 1966இல் ரூபாயின் மதிப்பு 36.5% குறைக்கப்பட்டது. இதன் விளைவால், ஒரு அமெரிக்க டாலருக்கு நிகரான ரூபாயின் மதிப்பு 4.76லிருந்து 7.50ஆக அதிகரித்தது. அதே சமயத்தில், நாட்டின் நிலுவைக் கடன்தொகையும் 57% அதிகமானது. அரசாங்கம் எடுத்த தவறான முடிவாக ரூபாயின் மதிப்புக்குறைப்பு விமர்சிக்கப்பட்டது. இந்தச் சூழலில், 1967இல் பொதுத் தேர்தல் நடந்தது. பெரும்பாலான மத்திய அமைச்சர்கள்

தோற்றுப்போயிருக்க, 283 இடங்களில் வெற்றிபெற்ற காங்கிரஸ், ஆட்சியில் தொடர்ந்தது.

இந்த இக்கட்டான சூழலில், கட்சிக்குள் கோஷ்டித் தகராறுகளைத் தவிர்க்க விரும்பினார் காங்கிரஸ் கட்சியின் அகில இந்தியத் தலைவரான காமராஜர். எனவே, அமைச்சரவையில் மொரார்ஜி தேசாயை இணைத்துக்கொள்ளச் சொல்லி இந்திராகாந்தியை வற்புறுத்தினார். வலுவாக இருந்த எதிர்க்கட்சிகளை நாடாளுமன்றத்தில் எதிர்கொள்ள, அனுபவம் வாய்ந்த மொரார்ஜிதான் சரியாக இருப்பார் என்பது காமராஜரின் கணிப்பு. தவிரவும், அவர் ஏற்கனவே நிதியமைச்சராகப் பதவி வகித்தவர் என்பதும் அவரை அமைச்சரவையில் சேர்த்துக்கொள்ளும் எண்ணத்திற்கு வலுவூட்டியது. இந்திராவிற்கு இதில் விருப்பமில்லை. என்றாலும், மொரார்ஜியை விடவும் அனுபவம் வாய்ந்தவர் வேறு எவருமில்லை என்ற காரணத்தால் இதற்குச் சம்மதித்தார். துணை பிரதமராகப் பொறுப்பேற்ற மொரார்ஜிக்கு, நிதித்துறை அளிக்கப்பட்டது.

நாட்டை முன்னேற்ற, தொழில்கள் பெருக வேண்டும். தொழில்கள் வளர, கடன்கள் அளிக்கப்பட வேண்டும். உணவுப் பற்றாக்குறையைச் சரிசெய்ய பசுமைப் புரட்சி கொண்டுவரப்பட்டாலும், அதனை நடைமுறைப்படுத்திட விவசாயிகளுக்கும் கடன்கள் அளிக்கப்பட வேண்டும். இவ்வாறு, எந்தத் துறையிலுள்ள சிக்கல்களைக் களைய எண்ணினாலும் அவை யாவும் வங்கித் துறையிலேயே வந்துநின்றன. அன்றைய சூழலில், பெரும்பாலான வங்கிகள் யாவும் பெருமுதலாளிகளின் கைப்பிடியில் இருந்தன. யாருக்குக் கடன்கள் அளிப்பது என்பதை முடிவுசெய்வதில் பல்வேறு பாரபட்சங்கள் நிலவின. 1951இல் வழங்கப்பட்டிருந்த மொத்தக் கடன்தொகையில், விவசாயத்திற்கு இரண்டு சதவிகிதம் மட்டுமே அளிக்கப்பட்டிருந்தது. 1967இலும் அதே இரண்டு சதவிகித அளவில்தான் விவசாயக் கடன்கள் வழங்கப்பட்டிருந்தன. ஆறில் ஒரு பங்கு வங்கிக்கிளைகள் மட்டுமே கிராமப்புறத்தில் இருந்தன. நாட்டில் வழங்கப்பட்ட மொத்த கடன்களில் சுமார் அறுபது சதவிகிதம், ஐந்து மாநகரங்களில் மட்டுமே அளிக்கப்பட்டிருந்தது (தில்லி, பம்பாய், கல்கத்தா, மெட்ராஸ் மற்றும் அகமதாபாத்). மேலும், இரட்டை இலக்க எண்ணிக்கையில் வருடாவருடம் வங்கிகள் திவாலாவது தொடர்கதையானது. 1947 முதல் 1955

வரை திவாலான மொத்த வங்கிகளின் எண்ணிக்கை-சுமார் 350. 1951இல் மட்டுமே அறுபது வங்கிகள் திவாலாகின. இவற்றால் பொதுமக்களுக்கு வங்கிகளின் மீதே நம்பிக்கையற்றுப் போனது.

இவற்றிற்கெல்லாம் தீர்வு காண விரும்பிய மொரார்ஜி தேசாய், வங்கிகளின் மீதான சமூகக் கட்டுப்பாட்டைக் *(Social control over Banks)* கொண்டுவந்தார். 1968இல் இதுகுறித்த சட்டம் இயற்றப்பட்டது *[Banking Laws (Amendment) Act,1968]*. வங்கிகளின் இயக்குனர்களுக்கு வங்கிகள் கடனளிப்பது தடை செய்யப்பட்டன. தேசிய கடன் கவுன்சில் *(National Credit Council)* உருவாக்கப்பட்டது. விவசாயம், சிறு-குறு நிறுவனங்கள் ஆகியவற்றுக்குக் கடனளிப்பதில் முன்னுரிமை அளிக்கப்பட வேண்டுமென்று வலியுறுத்தப்பட்டது. இத்தகைய மென்மையான நடவடிக்கைகளால் காங்கிரசின் “இளம் துருக்கியர்” அணி திருப்தியுறவில்லை *(Young Turks-* சோஷலிசக் கொள்கைகளால் ஈர்க்கப்பட்ட காங்கிரஸ் இளம் நாடாளுமன்ற உறுப்பினர்கள். பின்னாளில் பிரதமரான சந்திரசேகர், இந்த அணியின் முக்கிய உறுப்பினர்). வங்கிகள் தேசியமயமாக்கப் படவேண்டுமென்பதில் இவர்கள் தீவிரமாக இருந்தனர்.

தேசியமயமாக்குவது இந்தியாவிற்குப் புதிதில்லை. வங்கிகளைத் தேசியமயமாக்க வேண்டுமென்று 1948இல் அனைத்திந்திய காங்கிரஸ் கமிட்டியின் அறிக்கையில் கூறப்பட்டிருந்தது. சோஷலிசப் பாதையில் நாட்டைக் கொண்டுசெல்வதென்று 1955இல் முடிவெடுக்கப்பட்டிருந்தது. சிலரிடம் மட்டுமே செல்வம் குவிவதைத் தடுக்கும் நோக்கத்துடன் பல்வேறு நடவடிக்கைகள் எடுக்கப்பட்டன. தொழில்களையும், சேவைகளையும் நாட்டுடைமையாக்குவது அவற்றுள் ஒன்று.1955இல் பாரத ஸ்டேட் வங்கி *(SBI)* நாட்டுடைமை ஆக்கப்பட்டது. ஆயுள் காப்பீடு 1956இல் நாட்டுடைமையாக்கப்பட்டு, இந்திய ஆயுள் காப்பீட்டு நிறுவனம் *(LIC)* துவங்கப்பட்டது. எனவே, பிற வங்கிகளும் நாட்டுடைமை ஆக்கப்படும் என்ற எதிர்பார்ப்பு நிலவிவந்தது. ஆனால், இத்திட்டத்தை மொரார்ஜி எதிர்த்தார். வங்கிகளின் மீதான சமூகக் கட்டுப்பாட்டின்படி எடுக்கப்படும் நடவடிக்கைகளே போதுமானவை என்பது அவர் எண்ணம். அவ்வாறு எடுக்கப்படும் நடவடிக்கைகளை ஆராய்ந்து, எதிர்பார்த்த அளவிற்கு அவற்றில் திருப்தி ஏற்படவில்லை என்றால், பிறகு வங்கிகளைத் தேசியமயமாக்கலாம் என்றும் அவர் கூறினார்.

அவ்வாறு ஆராய்ந்து முடிவெடுக்க இரண்டு வருடங்களாவது அவகாசம் கேட்டார். மேலும், வங்கிகளை நாட்டுடைமை ஆக்குகையில் அதற்குண்டான நஷ்ட ஈட்டுத் தொகையை அளிக்க வேண்டிவருமென்றும், கோடிக்கணக்கான அளவில் நஷ்டஈடு தருவதற்குப் பதிலாக அத்தொகையை வேறு ஏதாவது திட்டத்திற்குப் பயன்படுத்தலாம் என்றும் அவர் கூறினார். இவற்றையெல்லாம் இந்திராகாந்தி ஏற்றுக்கொள்ளவில்லை. அதற்குக் காரணம் உண்டு.

காமராஜர், சஞ்சீவ ரெட்டி, நிஜலிங்கப்பா, மொரார்ஜி தேசாய், அதுல்ய கோஷ் போன்ற பெருந்தலைவர்களின் கட்டுப்பாட்டில் இருந்தது அன்றைய காங்கிரஸ் கட்சி (இவர்கள் “சிண்டிகேட் அணி” என அழைக்கப்பட்டனர்). தன்னுடைய கட்டுப்பாட்டில் கட்சியும், ஆட்சியும் இருக்கவேண்டும் என்பதில் இவர்கள் மிகுந்த அக்கறை செலுத்தினர். “ஊமைப் பொம்மை” (இந்தியில் *“Goongi Gudiya”*) என்று ஆரம்ப காலத்தில் விமர்சிக்கப்பட்ட இந்திரா காந்தியால் தங்களை எதிர்க்கமுடியாதென்று இவர்கள் கணக்கிட்டதாகவும், எனவேதான் இந்திரா பிரதமர் ஆக்கப்பட்டதாகவும் ஒரு கருத்து நிலவியது. இவர்களின் ஆதிக்கத்திலிருந்து வெளியேற விரும்பினார் இந்திராகாந்தி. கோஷ்டித் தகராறு என்ற அளவில் இதைக் கொண்டுசெல்லாமல், கொள்கை அளவில் சண்டையாக இதைக் காட்டலாம் என்று இந்திராவின் ஆலோசகர்கள் அறிவுறுத்தினர். வங்கிகளை நாட்டுடைமை ஆக்குவதற்கு எதிர்ப்பு தெரிவித்த சிண்டிகேட் அணியினர், சோஷலிசத்திற்கு எதிரானவர்களாக அடையாளம் காணப்பட்டனர். சோஷலிசத்தை அமைக்க விரும்பும் இந்திரா, வங்கிகளை நாட்டுடைமை ஆக்கிடத் தனியாளாகப் பாடுபடுவதாக அடையாளம் காணப்பட்டார். குடியரசுத் தலைவராக இருந்த ஜாகிர் உசேன் எதிர்பாராமல் இறந்துபோக, அப்பதவிக்குத் தேர்தல் வந்தது (1969). காங்கிரஸ் கட்சியின் அதிகாரபூர்வ வேட்பாளராக சிண்டிகேட் அணியைச் சேர்ந்த சஞ்சீவ ரெட்டி அறிவிக்கப்பட்டதை இந்திரா விரும்பவில்லை. துணைக் குடியரசுத் தலைவராகப் பதவி வகித்த வி.வி.கிரியைக் குடியரசுத் தலைவராக்க இந்திரா விரும்பினார். எனவே, பிற கட்சி நாடாளுமன்ற உறுப்பினர்களின் ஆதரவும் அவருக்குத் தேவைப்பட்டது. அதே சமயத்தில், சிண்டிகேட் அணியினரின் அதிகாரத்தையும் அடக்கி வைத்திட அவர் எண்ணினார். இவ்வாறு

பல மாங்காய்களை அடிக்க எண்ணிய அவர் ஒரே ஒரு கல்லை வீசினார்- வங்கிகளைத் தேசியமயமாக்கல்!

முதலில், மொரார்ஜியின் வசமிருந்த நிதித்துறையைத் தனதாக்கிக் கொண்டார் இந்திரா. துணைப் பிரதமராக மொரார்ஜி தொடரலாமென்றும், நிதித்துறையைத் தவிர வேறேதேனும் துறையை அவர் கோரலாமென்றும் அவருக்குத் தெரிவிக்கப்பட்டது. வெறுப்பில், தன்னுடைய பதவியை ராஜினாமா செய்தார் மொரார்ஜி. தலைமை பொருளாதார ஆலோசகராக இருந்த IG படேல் அழைக்கப்பட்டார் (பின்னாளில் ரிசர்வ் வங்கியின் கவர்னராகப் பதவி வகித்தவர்). அரசியல் காரணங்களுக்காக, வங்கிகளை நாட்டுடைமை ஆக்குவதென்று தான் முடிவெடுத்துள்ளதாக இந்திரா அவரிடம் கூறினார். இதுகுறித்த குறிப்பு ஒன்றையும் (காபினட் அமைச்சர்கள் கூட்டத்தில் விவாதிக்க), பொதுமக்களுக்கு இந்தச் செய்தியை வானொலியில் அறிவிக்கின்ற வண்ணம் ஓர் உரையையும், இதுகுறித்த வரைவுச் சட்டத்தையும் இருபத்துநான்கு மணிநேரத்திற்குள் தயார் செய்யுமாறு IG படேலிடம் இந்திரா கூறினார். அப்போதைய ரிசர்வ் வங்கி ஆளுநர் LK ஜா மற்றும் RK சேஷாத்ரி என்ற ரிசர்வ் வங்கி அதிகாரி ஆகிய இருவரோடும் இணைந்து IG படேல் இவற்றைத் தயார்செய்தார். ஜூலை 19,1969 (சனிக்கிழமை) அன்று வங்கிகளைத் தேசியமயமாக்கல் குறித்த அவசரச் சட்டம் வெளியிடப்பட்டது. பதினான்கு வங்கிகள் தேசியமயமாக்கப்பட்டன. வங்கித்துறையின் 80% சொத்துகள் அரசாங்கத்தின் கட்டுப்பாட்டிற்குள் வந்தன. மக்களவை கூட ஒரு சில நாட்களே இருக்கையில், அவசரச் சட்டத்தின் வாயிலாக வங்கிகளைத் தேசியமயமாக்கியது செல்லாதென்று உச்சநீதிமன்றம் அறிவித்தது. எனவே, மக்களவை கூடியதும் விவாதிக்கப்பட்டுச் சட்டம் இயற்றப்பட்டது. சட்டத்தில் வழங்கப்படுவதாக அறிவிக்கப்பட்ட நஷ்டஈட்டுத் தொகை குறைவானதென்று கூறி உச்ச நீதிமன்றத்தில் வழக்குத் தொடரப்பட்டது. இதன் விளைவால் அரசியலமைப்புச் சட்டம் திருத்தியெழுதப்பட்டு (25வது திருத்தம், 1971), பின்னர் ரூபாய் 87 கோடி நஷ்ட ஈடாகத் தரப்பட்டது. இவ்வாறு பல சிக்கல்களைக் கடந்து வங்கிகள் தேசியமயமாக்கப்பட்டது.

இதனால் ஏற்பட்ட நன்மைகள் என்னென்ன? நாட்டுடைமை ஆக்கப்பட்ட காலத்தில், ஆறில் ஒரு பங்கு மட்டுமே கிராமப்புறத்தில்

இருந்த வங்கிக்கிளைகள், 1990 வாக்கில் 58% ஆனது. விவசாயக் கடன்கள் கிடைப்பதில் இருந்த சவால்கள் குறைந்தன. பசுமைப் புரட்சி வெற்றி பெற்றதில், இந்த முடிவு முக்கியப் பங்காற்றியது. 65,000 நபர்களுக்கு ஒரு வங்கிக் கிளை என்றிருந்த நிலை(ஜூன் 1969), ஆறரை ஆண்டுகளில் 31,000 நபர்களுக்கு ஒரு வங்கிக் கிளை என்றானது. அரசாங்கமே வங்கிகளை நடத்தியதால் வங்கித்துறையின் மீது நம்பிக்கை பெற்ற பொதுமக்கள், வங்கியில் தத்தம் சேமிப்புகளை முதலீடு செய்யத் துவங்கினர். இத்தகைய சேமிப்புகளைக் கடன்களாக வழங்கியதால் தொழில்கள் பெருகின. பூஜ்ஜியத்திற்குக் கீழிருந்த ஒட்டுமொத்த உள்நாட்டு உற்பத்தியின் வளர்ச்சி சதவிகிதம் (GDP %) உயர்ந்தது. விளிம்புநிலை மக்களுக்கும் வங்கிகளின் சேவை கிடைத்தது. நகர்வாலா வழக்கு, வாராக்கடன்கள் அதிகரிப்பு, வங்கி மேலாண்மையில் அரசாங்கத்தின் தலையிடல்கள் போன்ற சிக்கல்கள் இருந்தாலும், வங்கிகளைத் தேசியமயமாக்கியதால் நாடு பெற்ற நன்மைகள் அதிகம் என்பது உண்மை. “1947 முதல் எடுக்கப்பட்ட பல்வேறு முடிவுகளுள் மிக முக்கியமானதும், முதலாவதுமான முடிவு” என்று ரிசர்வ் வங்கி வரலாற்றின் மூன்றாவது தொகுதியில் வங்கிகளைத் தேசியமயமாக்கியது குறித்து குறிப்பிடப்பட்டுள்ளது. அரசியல் ரீதியாக இந்திராகாந்திக்கும், நாட்டின் வளர்ச்சிக்கும் இந்த முடிவு திருப்புமுனையாக அமைந்தது.

உதவிய நூல்கள், கட்டுரைகள்:

1) *Glimpses of Indian Economic Policy- IG Patel- Oxford University Press.*

2) *The Story of my life Volume II- Morarji Desai- Macmillan.*

3) *https://www.ndtvprofit.com/opinion/why-indira-gandhi-nationalised-indias-banks*

4) *https://akshaynatteri.medium.com/public-sector-banks-from-inception-to-recent-reforms-afc2b3007421*

5) *https://raveesh86.medium.com/the-nationalization-of-banks-in-india-1969-c415d3026139*

16. தலைப்பாகை கிடைத்த தருணம்!

இந்தியாவின் தலையில் வைக்கப்பட்ட தலைப்பாகையைப் போலத் தோற்றமளிக்கும் - அன்றைய ஜம்மு - காஷ்மீர் மாநிலம் (தற்காலத்தில் ஜம்மு - காஷ்மீர் மற்றும் லடாக் ஆகிய இரு யூனியன் பிரதேசங்கள்). இந்தியா, இத்தலைப்பாகையைத் தானே எடுத்துத் தன் தலையில் வைத்துக்கொள்ளவில்லை. அதுவாகவே நம் தலைக்கு மேல் வந்து அமர்ந்தது. அது தலைப்பாகை மட்டுமல்ல - அதுவே தலைப்பகையும் கூட! விடுதலை அடைந்த அடுத்த ஆண்டே நாம் பாகிஸ்தானுடன் போர்புரியக் காரணம் - காஷ்மீர் விவகாரம்.

விடுதலைக்கு முன்னர் தனி சமஸ்தானமாக விளங்கியது ஜம்மு - காஷ்மீர். பிரிட்டிஷாரிடம் எழுபத்தைந்து லட்சம் ரூபாய் கொடுத்து இந்தப் பிரதேசத்தை 1846இல் குலாப் சிங் *(Gulab Singh)* என்பவர் வாங்கினார். எனவே, ஜம்மு - காஷ்மீர் என்பது குலாப் சிங்கின் பரம்பரைச் சொத்து. குலாப் சிங் வழி வந்த இந்து மன்னர்களால் ஜம்மு-காஷ்மீர் ஆளப்பட்டு வந்தாலும், அதன் பெரும்பான்மை மக்கள் இஸ்லாமியர்கள். மண்ணை வேண்டுமானால் விலைக்கு வாங்கலாம். மண்ணில் வசித்துவரும் மக்களையும் சேர்த்தா விலைக்கு வாங்கமுடியும்?

பெரும்பான்மை முஸ்லிம்களாக இருந்தாலும், ஜம்மு - காஷ்மீர் அரசின் உயர் பதவிகளில் இந்துக்களையே அமர்த்தியிருந்தார்

மன்னர் ஹரிசிங் *(Hari Singh)*. குலாம் சிங்கின் பரம்பரையில் வந்த மன்னர். தன் சமஸ்தான மக்கள் நல்வாழ்வின் மீதான விருப்பத்தை விடவும், பம்பாய் குதிரைகளின் மீதான விருப்பமே அவருக்கு அதிகம்! உயர் பதவிகளும் இந்துக்கள் வசம்; பெரும்பாலான நிலங்களும் இந்துக்கள் வசம். இஸ்லாமியர்களுக்கு வெறுத்துப் போனது. 1931இல் மன்னரைச் சந்தித்து, இது குறித்து முறையிடச் சென்றனர். கூட்டத்தில் காவல்துறையினர் புகுந்து கலவரம் செய்தனர். இருபதிற்கும் மேற்பட்டோர் பலியாயினர். பிரச்சனை பெரிதானது. இந்த மக்கள் கூட்டத்திற்குத் தலைமை தாங்கிச் சென்றவர் - ஷேக் அப்துல்லா! இச்சம்பவத்திற்குப் பிறகுதான், மக்களிடம் அவர் பிரபலமாகத் துவங்கினார்.

அடுத்த ஆண்டு, ஷேக் அப்துல்லாவும் அவர் நண்பர்களும் சேர்ந்து “அனைத்து ஜம்மு-காஷ்மீர் மாநாடு” என்ற அமைப்பை உருவாக்கினர். பின்னாளில், இது “தேசிய மாநாட்டுக் கட்சி” என்று பெயர்மாற்றம் செய்யப்பட்டது. மக்களாட்சியின் மீது விருப்பம் கொண்டிருந்த ஷேக் அப்துல்லா, மன்னராட்சிக்கு எதிராக மக்களைத் திரட்டிப் போராடினார். சமஸ்தான மக்களின் செல்வாக்கு பெற்ற ஒரே தலைவராக ஷேக் அப்துல்லா திகழ்ந்தார். இந்திய தேசிய காங்கிரஸ் கட்சியோடும், குறிப்பாக நேருவோடும் ஷேக் அப்துல்லா நெருங்கிப் பழகினார். காஷ்மீர் சமஸ்தானத்திற்கு விடிவுகாலம் இவரால்தான் கிடைக்கும் என்று நேரு நம்பினார்.

இந்திய துணைக்கண்டத்தை விட்டுப் பிரிட்டிஷார் சென்றபோது, நாட்டைப் பிளந்துவிட்டுச் சென்றிருந்தனர். அப்போதிருந்த சுதேச சமஸ்தானங்கள் யாரோடு இணைவது என்று யோசித்துக் கொண்டிருந்தபோது, சர்தார் படேல் களமிறங்கினார். பெரும்பாலான சமஸ்தானங்களை இந்தியாவுடன் சேர்த்ததில் அவர் பெரும்பங்கு வகித்தார். ஜம்மு-காஷ்மீர் சமஸ்தான இணைப்பின் பிரச்சனை, அப்போது துவங்கியது. பெரும்பான்மை மக்கள் இஸ்லாமியராக இருந்ததால், ஜம்மு - காஷ்மீர் பாகிஸ்தானுடன் சேர்ந்துவிடுமென்று ஜின்னா நம்பினார். தவிரவும், மன்னராட்சிக்கு எதிரான போராட்டம் அப்போது அங்கு மிகத் தீவிரமாக நடந்தது. எனவே, மன்னராட்சியின் பிடியிலிருந்து சமஸ்தானம் விலகி, பாகிஸ்தானோடுதான் சேருமென்பதில் அவர் உறுதியுடன் இருந்தார்.

ஹரிசிங்கின் யோசனையோ வேறு பாதையில் இருந்தது. "என்னுடைய பரம்பரைச் சொத்தை நான் எதற்காக இன்னொருவருக்குத் தரவேண்டும்? இந்தியாவோடும் இணையாமல், பாகிஸ்தானோடும் இணையாமல் தனி நாடாக இருந்தால் என்ன? அப்படியே தனி நாடாக இருந்தாலும், ஷேக் அப்துல்லா போன்றோர் விட மாட்டார்கள் அல்லவா! எனவே, கலவரத்தை அடக்க வேண்டும். எனவே, ஷேக் அப்துல்லாவைக் கைது செய்ய வேண்டும்" என்றெல்லாம் யோசித்த மன்னர், ஷேக் அப்துல்லாவைச் சிறையில் தள்ளினார். இந்தியாவும், பாகிஸ்தானும் விடுதலை அடைந்தபோது ஷேக் அப்துல்லா சிறையில் இருந்தார். ஷேக் அப்துல்லாவை விடுவிக்கக் கோரி, காஷ்மீருக்குள் செல்ல முயன்றார் நேரு. ஊருக்குள் செல்ல அவருக்கு அனுமதி மறுக்கப்பட்டது. எல்லையிலேயே நிறுத்தப்பட்டுத் திருப்பி அனுப்பப்பட்டார்.

விடுதலை அடைந்து ஒரு சில நாட்களே ஆகியிருந்தன. சற்று ஓய்வெடுத்துக்கொள்ள விரும்பினார் ஜின்னா. காஷ்மீருக்கு ஆள் அனுப்பினார்- தனக்குத் தேவையான தங்கும் வசதிகளை முன்கூட்டியே செய்து வைப்பதற்காக. நேருவிற்குக் கிடைத்த பதிலே ஜின்னாவிற்கும் கிடைத்தது- அனுமதி இல்லை! ஜின்னா கடுப்பானார். காஷ்மீரை வழிக்குக் கொண்டுவர சதித்திட்டம் தீட்டப்பட்டது. ஆப்கானிஸ்தானின் பதான் ஆதிவாசிகள் வரவழைக்கப்பட்டனர். காஷ்மீர் இந்து மன்னருக்கு எதிராகப் புனிதப் போர் (ஜிஹாத்) செய்யவேண்டுமென்றும், அப்போரைப் பதான் ஆதிவாசிகள் நடத்தவேண்டுமென்றும் கூறப்பட்டது. அவர்களுக்கென்ன வெகுமதி?

காஷ்மீர் தலைநகர் ஸ்ரீநகரை அவர்கள் கொள்ளையடித்துக் கொள்ள வேண்டியது. "ஜிஹாத்" குறித்து அவர்களுக்குப் புரிந்ததோ இல்லையோ, கொள்ளையடிப்பது குறித்துப் புரிந்தது. அக்டோபர் 22, 1947 அன்று அவர்கள் கிளம்பினார்கள். எல்லை தாண்டி காஷ்மீர் சமஸ்தானத்தில் காலை வைத்ததும் புனிதப்போரை மறந்தார்கள். ஸ்ரீநகர் வரை செல்லவேண்டுமென்பதை மறந்தார்கள். முசஃபராபாத், பாரமுல்லா நகரங்களில் மத வேறுபாடுகளின்றி, அனைவரிடமும் கொள்ளையடித்தார்கள்; மறுத்த எவரையும் கொலை செய்தார்கள்; எதிர்கொண்ட பெண்களைக் கற்பழித்தார்கள்; வெறியாட்டம் ஆடினார்கள்.

விஷயம் ஹரி சிங்கிற்குத் தெரியவந்தது. பதான் படைகளிடம் தம்முடைய படை வீழ்ந்துவிடும் என்பதை அவர் உணர்ந்தார். தன்னையும், தன் நாட்டையும் காப்பாற்றச் சொல்லி இந்தியாவிற்குத் தகவல் அனுப்பினார். காஷ்மீரை இந்தியாவுடன் சேர்ப்பதற்குத் தானாக முன்வந்து ஒப்புக்கொண்டார். அக்டோபர் 26,1947 அன்று இணைப்பு ஒப்பந்தத்தில் கையெழுத்திட்டார் *(Instrument of accession)*. காஷ்மீர் சார்பில் சண்டையிட இந்தியப் படை இறங்கியது. ஸ்ரீநகர் நோக்கி முன்னேறி வந்து கொண்டிருந்த ஆதிவாசிப் படைகளைத் துரத்தி அடித்தது.

பின்னாளில் பாகிஸ்தானுடன் போர் நடந்தது (1948), ஐநாவின் உதவியை இந்தியா நாடியது, பாகிஸ்தான் ஆக்கிரமிப்பு காஷ்மீர் (POK) பகுதி உருவானது எல்லாம் வேறு விஷயங்கள். பதான் படைகளைப் பின்னாலிருந்து ஏவிய பாகிஸ்தானால், இந்தியாவின் ஒரு பகுதியானது ஜம்மு-காஷ்மீர். காஷ்மீர் தனி நாடென்று கூறிவந்த ஹரி சிங்கை இந்தியாவுடன் இணைக்க வைத்தது, பதான் ஆதிவாசிகளின் காஷ்மீர் தாக்குதல். ஜின்னாவைக் காஷ்மீருக்குள் அனுமதிக்காத ஹரிசிங், அதற்கு முன்பே நேருவையும் திருப்பி அனுப்பியிருந்தார். இந்தியா பொறுமை காத்தது. பாகிஸ்தான் உடனே பொங்கிவிட்டது. இந்தியாவிற்குத் தலைப்பாகையும், பாகிஸ்தானுக்குத் தலைகுனிவும் கிடைத்தது!

உதவிய நூல்கள்:

1) "காஷ்மீர் - அரசியல் - ஆயுத வரலாறு"- பா. ராகவன் - கிழக்கு பதிப்பகம்.

2) *"Flames of the Chinar"- Autobiography of Sheikh Abdullah (Abridged and Translated by Khushwant Singh)- Penguin Books.*

3) *"India after Gandhi"- Ramachandra Guha- Picador India.*

★★★

17. சேஷ தாண்டவம்

தலைமைத் தேர்தல் ஆணையராக இருந்த பெரி சாஸ்திரி *(R.V.S. Peri Shastri)* உடல்நலம் சரியில்லாமல் நவம்பர் *25,1990* அன்று காலமானபோது, சந்திரசேகர் தலைமையிலான மத்திய அரசு ஒரு தவறைச் செய்தது. சட்டச் செயலாளராக இருந்த ரமாதேவி *(V.S.Rama Devi)* என்பவரைப் பொறுப்புத் தலைமைத் தேர்தல் ஆணையராக *(acting CEC)* நியமித்தது. தேர்தல் ஆணையம் என்பது அரசாங்கத்தின் கட்டுப்பாடுகளின்றிச் சுதந்திரமாகச் செயல்படும் அமைப்பு. தேர்தல் ஆணையத்தின் தனித்தியங்கும் தன்மை குறித்து அரசியலமைப்புச் சட்டத்தில் தெளிவாக வரையறுக்கப்பட்டுள்ளது. எனவே, அரசாங்கத்தின் சட்டச் செயலாளராகப் பதவி வகிக்கும் ஒருவரைப் பொறுப்புத் தலைமைத் தேர்தல் ஆணையராக நியமித்தது அரசியலமைப்புச் சட்டத்தை மீறும் செயல். தேர்தல் ஆணையம் குறித்த அரசியலமைப்புச் சட்ட விதிகளுக்கு, மத்திய அரசாங்கங்கள் எந்த அளவிற்கு முக்கியத்துவம் அளித்தன என்பதற்கு இந்தச் சம்பவம் ஒரு சோற்றுப் பதம். ரூ.*25* மதிப்புள்ள ஒரு புத்தகத்தை வாங்குவதற்காக அனுமதி கோரி, ஒரு தலைமைத் தேர்தல் அதிகாரி சட்ட அமைச்சகத்திற்குக் கடிதம் எழுதிய நிகழ்வையெல்லாம் இந்நாடு கண்டிருக்கிறது.

நடந்த தவறைச் சரிசெய்ய எண்ணிய அரசு, ஒரே மாதத்தில் இன்னொருவரை நியமித்தது - அவர்தான் *T.N.*சேஷன். *1955*

பேட்ச் *IAS* அதிகாரியான அவர், நேர்மைக்கும் தடாலடி நடவடிக்கைகளுக்கும் பெயர்போனவர். ராஜீவ் காந்தி பிரதமராக இருந்தபோது அவருடைய பாதுகாப்பு ஏற்பாடுகளுக்குப் பொறுப்பாக நியமிக்கப்பட்டார் *[Secretary (Security)]*. பாதுகாப்புத் துறையின் செயலாளராகப் *(Defence Secretary)* பதவி வகித்தார். காபினட் செயலாளராகவும் *(Cabinet Secretary)* பணியாற்றினார். இவ்வாறு ராஜீவின் ஆட்சிக்காலத்தில் பல பொறுப்புமிக்க பதவிகளை வகித்த சேஷன், *VP* சிங் ஆட்சிக்கு வந்தபோது திட்டக்குழுவின் உறுப்பினராகத் *(Member, Planning Commission)* தூக்கி எறியப்பட்டார். திட்டக்குழுவின் உறுப்பினர் என்பது கவுரவமான பதவிதான் என்றாலும் வேலையே இல்லாத பதவி. கிட்டத்தட்ட ஓராண்டுக் காலத்திற்கு இந்தப் பதவியில் வெறுத்துப்போய் இருந்தார் சேஷன். பணிஓய்வு பெறுவதற்கு ஒன்றிரண்டு மாதங்களே இருந்த சூழலில், அப்போதைய சட்ட அமைச்சர் சுப்பிரமணிய சுவாமியின் முன்னெடுப்பால், தலைமைத் தேர்தல் ஆணையராக நியமிக்கப்பட்டார். சேஷனின் தடாலடி நடவடிக்கைகளையும், நெஞ்சுரத்தையும் நேரில் கண்டிருந்த இராஜிவ், "உங்களைத் தலைமைத் தேர்தல் ஆணையராக நியமித்த நாளை எண்ணி, அந்தத் தாடிக்காரர் (சந்திரசேகர்) வருத்தப்படுவார்" என்று சேஷனிடமே விளையாட்டாகக் கூறினார். தலைமைத் தேர்தல் ஆணையராகப் பதவி வகித்த ஆறாண்டுகளில்(திசம்பர் 1990-திசம்பர் 1996), ஒட்டுமொத்த அரசியல்வாதிகளையும் அவ்வாறு வருத்தப்பட வைத்தார் சேஷன்.

தேர்தலில் நிற்பதற்குச் செய்த செலவுகளின் கணக்கினைத் தேர்தல் ஆணையத்திடம் வேட்பாளர்கள் தாக்கல் செய்யவேண்டும் என்பது தேர்தல் விதிகளுள் ஒன்று. தலைமைத் தேர்தல் ஆணையராகப் பொறுப்பேற்றதும், சேஷன் இந்த விஷயத்தில் கவனம் செலுத்தினார். கணக்கு தாக்கல் செய்திடாத சுமார் பதிநான்காயிரம் வேட்பாளர்கள் தேர்தலில் நின்றிடத் தடை விதிக்கப்பட்டது. தேர்தல் காலத்தில் அனைத்துக் கட்சிகளும் கடைப்பிடிக்க வேண்டிய "தேர்தல் நடத்தை விதிகள்" *(Model Code of Conduct)* 1960லிருந்தே புழக்கத்தில் இருந்தது. (1960இல் கேரளாவில் நடந்த மாநிலத் தேர்தலில், இந்த விதிகள் முதன்முதலாக அறிமுகம் செய்யப்பட்டிருந்தன). நாளடைவில் எந்தக் கட்சியும் இதனைக் கண்டுகொள்ளாமல் இருந்தன. தேர்தல் அறிவிக்கப்பட்டவுடன்

இந்த விதிகள் நடைமுறைக்கு வருவதில் சேஷன் முக்கியத்துவம் காட்டினார். நூற்றைம்பது தடை செய்யப்பட்ட நடவடிக்கைகளைப் பட்டியலிட்டு, அவை நடைபெறாமல் இருப்பதில் கவனம் செலுத்தினார். ஒலிபெருக்கிகளைப் பயன்படுத்துதல், பிரச்சாரத்தை நிர்ணயிக்கப்பட்ட காலக்கெடுவிற்குள் வைத்திருத்தல், தேர்தல் செலவுகளைப் பரிந்துரைக்கப்பட்ட உச்சவரம்புக்குள் வைத்திருத்தல், அமைச்சர்கள் தங்கள் பதவிகளைத் தவறாகப் பயன்படுத்துவதைத் தடுத்தல் ஆகியவை குறித்த உத்தரவுகள் பிறப்பிக்கப்பட்டன. நடத்தை விதிகளை மீறும் நபர்களுக்கு எதிராக, சேஷன் கடும் நடவடிக்கைகளை எடுக்கத் துவங்கினார். மத்தியப் பிரதேசத்தில் தனது மகனுக்காகப் பிரச்சாரம் செய்தார் ஒரு மூத்த ஆளுநர். இதனைக் காரணம் காட்டி, அந்தத் தொகுதியில் தேர்தல் நடைபெறுவது நிறுத்தப்பட்டது. இதன் விளைவால், அந்த ஆளுநர் இராஜினாமா செய்ய நேர்ந்தது. உத்தரப் பிரதேசத்தில், பிரச்சார நேரம் முடிந்த பின்னரும் மேடையில் இருந்த ஒரு அமைச்சர், சேஷனின் உத்தரவின் பேரில் உடனடியாக மேடையிலிருந்து கீழிறக்கப்பட்டார். சேஷனின் நடவடிக்கைகளைக் கண்டு அரசியல் கட்சிகள் முனகத் தொடங்கின.

தேர்தல்கள் நியாயமாக நடத்தப்படுவதற்காகத் தேர்தல் ஆணையத்திற்குத் தனித்தியங்கும் தன்மையை அளித்தது அரசியலமைப்புச் சட்டத்தின் 324(1)வது பிரிவு.மேலும், தேர்தல் ஆணையம் தன்னுடைய கடமைகளை நிறைவேற்றுவதன் பொருட்டு அரசுப் பணியாளர்களின் பணியைக் கோரினால், குடியரசுத் தலைவரோ அல்லது ஆளுநரோ அதற்கு ஏற்பாடு செய்துதர வேண்டுமென்று பிரிவு 324(6) கூறுகிறது. அவ்வாறு தேர்தல் பணிகளுக்கு அனுப்பப்படும் அரசுப் பணியாளர்கள், தேர்தல் ஆணையத்தின் கட்டுப்பாட்டில் நடப்பார்கள் என்றும் மக்கள் பிரதிநிதித்துவச் சட்டம் பிரிவு 13CCஇல் *(Representation of the People Act, 1950)* தெளிவாகக் கூறப்பட்டுள்ளது. மார்ச் 15,1989 அன்று மக்கள் பிரதிநிதித்துவச் சட்டத்தில் இந்தப் பிரிவு சேர்க்கப்பட்டபோது இதன் முக்கியத்துவத்தை உணர்ந்தவர் சிலரே. இதன் உண்மைப் பொருளை உணர வைத்தார் சேஷன்.

தேர்தல் பணிகளுக்கு அனுப்பப்படுவதெல்லாம் தன்னார்வப் பணியைப் போன்றது என்றே எண்ணியிருந்தனர் பல அரசுப்

பணியாளர்கள். விருப்பப்பட்டால் செய்யலாமென்றும், இல்லையென்றால் செய்யாமல் இருக்கலாமென்றும் அவர்கள் தேர்தல் பணிகளைக் கருதினர். திரிபுரா மாநில சட்டமன்றத் தேர்தலில் பார்வையாளராக நியமிக்கப்பட்ட ஓர் அதிகாரி, திரிபுரா செல்லாமல் தாய்லாந்து சென்றுவிட்டார். தன்னுடைய அலுவல் வேலையாகவே தான் தாய்லாந்து சென்றதாக அவர் கூறிய சமாதானத்தை சேஷன் ஏற்றுக்கொள்ளவில்லை. அவருடைய இந்த செயலுக்குக் கடும் கண்டனம் *(censure)* தெரிவித்து நடவடிக்கை எடுத்தார். இதுபோலப் பல நிகழ்வுகள் நடந்தன. மத்திய அரசு கடுப்பானது. தேர்தல் பணிகளில் ஈடுபடாமல் போகும் அதிகாரிகளின் மீது நடவடிக்கை எடுக்குமாறு, சம்பந்தப்பட்ட அரசாங்கத்திற்குப் பரிந்துரை செய்திட மட்டுமே தேர்தல் ஆணையத்தால் இயலுமென்றும், அவர்களின் மீது தானே நடவடிக்கை எடுப்பதற்குத் தேர்தல் ஆணையத்திற்கு எவ்விதமான அதிகாரமும் இல்லையென்றும் கேபினட் செயலாளர் மூலமாகக் கடிதம் அனுப்பப்பட்டது. அசரவில்லை சேஷன். இதுகுறித்த சட்ட விதிகளை மேற்கோள் காட்டி விளக்கியெழுதினார். மேலும், தேர்தல் ஆணையத்தின் செயல்பாடுகள் மீது சட்டத்தில் இல்லாத கட்டுப்பாடுகளை விதிக்க நினைக்கும் மத்திய அரசின் அத்தகைய போக்கு, நியாயமான விதத்தில் தேர்தல்களை நடத்தும் தேர்தல் ஆணையத்தின் நடவடிக்கைகளைப் பாதிக்குமென்றும் அவர் தெளிவுபடுத்தினார். பிரதமர் நரசிம்மராவிற்கும் இதுகுறித்துக் கடிதமெழுதினார். அவரை நேரில் சந்தித்தும் பேசினார். இந்தப் பிரச்சனை குறித்துச் சிந்தித்து முடிவெடுக்கச் சற்று அவகாசம் தருமாறு தெரிவித்தார் பிரதமர். நாட்கள் சென்றன. பதில் வரவில்லை. “எந்த முடிவும் எடுக்காமல் இருப்பதும் ஒரு முடிவுதான்” என்று கருதும் பிரதமரிடம் என்ன எதிர்பார்க்க முடியும்?

தேர்தல் ஆணையத்தின் சுதந்திரமான செயல்பாட்டையே கேள்விக்குறியாக்கும் பிரச்சனை அல்லவா அது! தேர்தல் பணிகளில் ஈடுபட எவரும் முன்வரவில்லை என்றால் தேர்தலை எவ்வாறு நடத்துவது? ஒருவேளை தேர்தல் பணிக்கு அனுப்பப்படும் அரசுப் பணியாளர்கள் அனைவரும் அரசாங்க ஆதரவாளர்களாக இருக்கும்பட்சத்தில், அவர்கள் மீது தேர்தல் ஆணையத்தால் எவ்வித நடவடிக்கையும் எடுக்க முடியாதென்றால், தேர்தலின்

மீது மக்களுக்கு எப்படி நம்பிக்கை ஏற்படும்? தேர்தல் ஆணையம் அவர்கள் மீது நடவடிக்கை எடுக்கப் பரிந்துரை செய்தாலும், அரசாங்கம் அவர்கள் மீது நடவடிக்கை எடுக்குமென்று எப்படி எதிர்பார்க்க முடியும்? ஒட்டுமொத்த தேர்தல் முறையையும், மக்களாட்சியையும், எல்லாவற்றிற்கும் மேலாக அரசியலமைப்புச் சட்டத்தையும் கேலிக்குள்ளாக்கும் செயலல்லவா அது! இதற்குப் பதிலே கூறாமல் பிரதமர் இருந்தால் என்னாவது? பொறுத்துப் பார்த்த சேஷன், ஒரு முடிவிற்கு வந்தார். ஆகஸ்ட் 2,1993 திங்கட்கிழமை அன்று பதினேழு பக்க உத்தரவை வெளியிட்டார். ஐம்பத்தைந்து பத்திகளில் நடந்த அனைத்தையும் விளக்கி எழுதியவர், அடுத்த நான்கு பத்திகளில் அனைவரையும் அலற வைத்தார். அதனைச் சுருக்கமாக இவ்வாறு கூறலாம்: “இந்தப் பிரச்சனை முடிவிற்கு வரும் வரையில்- தேர்தல் ஆணையத்தின் சுதந்திரத்தை, அதன் அதிகாரத்தை மத்திய அரசு ஒப்புக்கொள்ளும் வரையில்- நாட்டில் எவ்விதமான தேர்தல்களையும் தேர்தல் ஆணையம் நடத்தாது! ஆனதைப் பார்த்துக் கொள்ளுங்கள்!”.

பல்வேறு மாநிலங்களின் சட்டப்பேரவைத் தொகுதிகளுக்கும், நாடாளுமன்றத் தொகுதிகளுக்கும் அப்போது இடைத்தேர்தல் அறிவிக்கப்பட்டிருந்தன. அவை அனைத்தும் இந்த உத்தரவின் விளைவால் நிறுத்தப்பட்டன. இவை மட்டுமா நிறுத்தப்பட்டன? வரும் காலத்தில் நடக்கவிருக்கும் எல்லாத் தேர்தல்களையும் அல்லவா சேஷன் நிறுத்திவைத்தார்! அப்படியென்றால் இந்தியாவில் இனிமேல் தேர்தலே நடக்காதா? ஒட்டுமொத்த இந்தியாவும் பரபரப்பானது. இத்தோடு நிற்காமல் மத்திய அரசை எதிர்த்து சேஷன் உச்சநீதிமன்றம் சென்றார்[Election Commission of India v. Union of India and Others (Writ Petition No. 606 of 1993)]. ஆகஸ்ட் 30,1993 அன்று இவ்வழக்கின் இடைக்காலத் தீர்ப்பில் தேர்தல் ஆணையத்திற்கு ஆதரவாகக் கருத்து தெரிவித்தது உச்ச நீதிமன்றம். தன்னுடைய தரப்பு நியாயம் அங்கீகரிக்கப்பட்டதைக் கண்ட சேஷன், ஆகஸ்ட் 2 தேதியிட்ட உத்தரவைத் திரும்பப் பெற்றார். தேர்தல் ஆணையத்தால் என்னவெல்லாம் செய்யமுடியும் என்பதை நாட்டிற்குக் காட்டினார்.

இத்தோடு நிற்கவில்லை சேஷன். வாக்காளர் அடையாள அட்டையைக் கட்டாயமாக்க வேண்டுமென்றும், அதற்கேற்ப

சட்டத்தை மாற்றவேண்டுமென்றும் 1993 முதல் அரசிடம் கோரி வந்தார். வழக்கம் போல அரசாங்கம் கண்டுகொள்ளவில்லை. வாக்காளர் அடையாள அட்டை தரப்படும் வரை, ஜனவரி 1,1995 முதல் எந்தத் தேர்தலும் நடக்காதென்று மீண்டும் உத்தரவு வெளியிட்டார். மீண்டும் உச்ச நீதிமன்றத்தின் கதவுகள் தட்டப்பட்டன. தேர்தலே நடத்தப்படாமல் நிறுத்தி வைப்பது சாத்தியமில்லை என்று கூறியது உச்ச நீதிமன்றம். அதே சமயத்தில், வாக்காளர் அடையாள அட்டை தருவதற்கான ஏற்பாடுகளை மேற்கொள்ளுமாறு அரசுக்கும் உத்தரவிட்டது. விளைவு- வாக்காளர் அடையாள அட்டை நடைமுறைக்கு வந்தது. சேஷன் பெயரைக் குறிப்பிடாமல் தேர்தல் ஆணைய சீர்திருத்தங்கள் குறித்து எழுதவே முடியாது என்கிற அளவிற்கு, சேஷன் பணியாற்றினார்.

சேஷனின் இத்தகைய அணுகுமுறைகளால் தேர்தலில் என்ன மாற்றங்கள் நிகழ்ந்தன? புள்ளிவிவரங்கள் இதற்கான பதிலை அளிக்கும். உத்தரப் பிரதேசத்தில் 1991 தேர்தல் நாளன்று 36 பேர் தேர்தல் தகராறுகளால் கொல்லப்பட்டிருந்தனர். 1993 மாநில சட்டமன்றத் தேர்தலில் இந்த எண்ணிக்கை மூன்றாகக் குறைந்திருந்தது. பூத்தைக் கைப்பற்றும் சம்பவங்களின் எண்ணிக்கை 873லிருந்து (1991) 255ஆகக் குறைந்திருந்தது(1993). வாக்குப்பதிவு ஏறக்குறைய பத்து சதவிகிதம் அதிகரித்திருந்தது. தேர்தல் ஆணையத்தின் மீதான மக்களின் நம்பிக்கையை, இவை வெளிக்காட்டின. "*Seshan effect*" என்று பத்திரிகைகள் சேஷனைப் புகழ்ந்தன.சேஷனின் சீர்திருத்தங்கள் மக்களால் வெகுவாகப் பாராட்டப்பட்டன. குஷ்பூவிற்குக் கோவில் கட்டியதாகப் பரபரப்பு பெற்ற அதே காலகட்டத்தில், திருப்பதியில் "சேஷன் ரசிகர் மன்றம்" துவக்கப்பட்டது.

மக்களிடம் சேஷன் பெற்ற செல்வாக்கு ஒருபுறம் இருக்கட்டும். அரசாங்கத்தின் நடவடிக்கைகளையும் பார்க்கவேண்டும். சேஷனை அடக்கி வைக்கப் பல்வேறு முயற்சிகள் மேற்கொள்ளப்பட்டன. சேஷனுடன் தொலைபேசியில் சமாதானம் பேச முயன்ற சட்ட இணை அமைச்சர் பரத்வாஜுக்குச் சேஷனால் பாடம் எடுக்கப்பட்டது. பிறகு, வேறு வழியில் முயற்சி செய்யப்பட்டது. ஆளுநர் பதவி தரப்படும், வெளிநாட்டுத் தூதர் பதவி தரப்படும் என்றெல்லாம் வேறொருவரால் சேஷனுக்கு ஆசைகாட்டப்பட்டது.

ஒப்புக்கொள்கிற மனிதரா அவர்? அமைதி மார்க்கங்களின் வழியே அவரை வழிக்குக் கொண்டுவர முடியாதென்று தெரிந்துபோனது. எதையாவது அதிரடியாகச் செய்யலாமென்று எண்ணப்பட்டது. எனவே, அவரைப் பதவியிலிருந்து நீக்கும் தீர்மானத்தை நிறைவேற்ற *(Impeachment Motion)* இரண்டு முறை முயற்சிக்கப்பட்டு, அவை தோல்வியில் முடிந்தன. இறுதியில், தனி நபராக இருந்த தேர்தல் ஆணையத்தை மூன்று ஆணையர்கள் கொண்ட அமைப்பாக மாற்றி சட்டம் திருத்தியமைக்கப்பட்டது. கில் மற்றும் கிருஷ்ணமூர்த்தி *(MS Gill and Krishnamoorhy)* ஆகிய இரு அதிகாரிகள் தேர்தல் ஆணையர்களாக நியமிக்கப்பட்டனர். தப்பித்தவறியும் சேஷன் போன்ற "அபாயம்" நாட்டில் மீண்டும் நேராமல் பார்த்துக்கொள்ளப்பட்டது.

எது எப்படியோ, தலைமைத் தேர்தல் ஆணையராக சேஷன் அமர்த்தப்பட்டது நாட்டில் நடத்தப்படும் தேர்தல்களில் பெரும் திருப்புமுனையாக அமைந்தது.

உதவிய நூல்கள்:

1) *"Seshan- An Intimate Story"- K. Govindan Kutty- Konark Publishers.*

2) *"Elections in India- An Overview"- Sanjay Kumar - Routledge.*

3) *"The great march of democracy"- Edited by S.Y. Quraishi- Penguin Books.*

4) *"Guardians of Public Value"- Edited by Arjen Boin et al- Palgrave Macmillan.*

18. வந்தாராம்! போனாராம்!

“யார் ஆள வேண்டும்? யார் ஆளக்கூடாது?” என்ற கேள்விக்குத் தேர்தலின் வாயிலாக மக்கள் தீர்ப்பளிப்பதே மக்களாட்சி முறை. எனவே, மக்களாட்சியின் அடிப்படையாகத் திகழ்வது தேர்தல். இவ்வாறு, தேர்தலின் மூலமாக மக்கள் அளிக்கின்ற தீர்ப்பைத் தந்திரமாக மாற்றிட அரசியல்வாதிகள் ஒரு வழிமுறையைக் கையாண்டு வந்தனர். அதன் பெயர்- “கட்சித்தாவல்” *(Defection)*. ஒருவர் ஒரு கட்சியின் சார்பில் தேர்தலில் நின்று வெற்றிபெற்று சட்டமன்ற அல்லது நாடாளுமன்ற உறுப்பினரான பிறகு, அக்கட்சியிலிருந்து விலகி இன்னொரு கட்சிக்குத் தாவுவதே கட்சித்தாவல். இந்தக் கட்சித்தாவலில் சுயேச்சை உறுப்பினர்களும் ஈடுபட்டதுண்டு. இத்தகைய கட்சித்தாவல்களால் ஆட்சிகளே கவிழ்ந்திருக்கின்றன.

விடுதலைக்கு முன்பே கட்சித்தாவல் நடைமுறையில் இருந்தது. காங்கிரஸ் கட்சியின் சார்பில் வெற்றிபெற்று மத்திய சட்டசபையின் (அன்றைய நாடாளுமன்றம்) உறுப்பினரான ஷ்யாம் லால் நேரு *(Shyam lal Nehru)* என்ற உறுப்பினர், பின்னர் ஆங்கிலேயருடன் கைகோர்த்திருக்கிறார். காங்கிரஸ் கட்சியின் சார்பில் நின்று வெற்றிபெற்ற பிறகு, அக்கட்சியை விட்டுச் சென்று 1948இல் காங்கிரஸ் சோஷலிசக் கட்சியை உருவாக்கியவர்கள், அவ்வாறு விலகியபோது தத்தம் நாடாளுமன்ற உறுப்பினர் பதவிகளைத் துறந்தே வெளியேறினர். அத்தகைய அரசியல் கண்ணியத்தைப் பின்வரும் காலங்களில் காண்பதற்கு அரிதாகிப் போனது.

விடுதலை அடைந்து இருபதாண்டுகள் வரை கட்சித்தாவல் பிரச்சனை அவ்வளவாக இருந்ததில்லை - காரணம் மத்தியிலும், ஒன்றிரண்டு நீங்கலாக அனைத்து மாநிலங்களிலும் காங்கிரஸ் கட்சியே ஆட்சியில் இருந்தது.

1967இல் பொதுத்தேர்தல் நடந்தது. அப்போதிருந்த பதினேழு மாநிலங்களில், நாகாலாந்து நீங்கலாகப் பதினாறு மாநில சட்டமன்றங்களுக்கும் அவ்வாண்டில் தேர்தல் நடந்தது. ஒன்பது மாநிலங்களில் காங்கிரஸ் கட்சி ஆட்சியை இழந்தது. பல மாநிலங்களில் சொற்ப எண்ணிக்கையில்தான் அக்கட்சி பெரும்பான்மை பெற்றுக் கரையேறியது. ஆட்சியமைக்கத் தேவையான இடங்களை விடவும் அத்தேர்தலில் காங்கிரஸ் அதிகமாக வெற்றிபெற்ற இடங்கள்- அசாமில் ஒன்பது; ஹரியானாவில் எட்டு; குஜராத்தில் ஏழு! காங்கிரஸ் ஆட்சியைப் பறிகொடுத்த மாநிலங்களில், தமிழ்நாடு நீங்கலாக வேறு எந்த மாநிலத்திலும் தனியொரு கட்சியால் ஆட்சியமைக்க முடியவில்லை. இராஜஸ்தானில் ஆட்சியமைக்கக் காங்கிரஸ் கட்சிக்குக் கூடுதலாகத் தேவைப்பட்ட இடங்கள்- நான்கு; அதேபோல அக்கட்சிக்குத் தேவைப்பட்ட கூடுதல் இடங்கள்- பஞ்சாபில் ஐந்து; உபியில் பதிமூன்று; மேற்கு வங்காளத்தில் பதினான்கு; பீகாரில் முப்பத்திரண்டு! இத்தகைய மாநிலங்களில் ஆட்சியைப் பிடிக்க காங்கிரஸ் களத்தில் இறங்கியது. விளைவு- குதிரை பேரம்; கட்சித்தாவல்!

சுயேச்சையாக நின்று வெற்றிபெற்றவர்களுக்கே பெரும்பாலும் வலை வீசப்பட்டன- பணத்தோடு நியாயமாகத்(!) திருப்தி அடைந்தவர்களுக்குப் பணம்; பணத்தோடு அமைச்சர் பதவியையும் கேட்டவர்களுக்கு இரண்டும். சில மாநிலங்களில் எதிர்க்கட்சிகளின் கணிசமான உறுப்பினர்கள், தத்தம் கட்சிகளை விட்டு வெளியேறிக் காங்கிரசிற்குள் ஐக்கியமானார்கள். அவ்வாறு காங்கிரசில் சேர்ந்த சிலருக்கு முதல்வர் பதவியே கிடைத்தன. என்ன செய்தேனும் ஆட்சியைப் பிடிக்கும் முறை அப்போதுதான் துவங்கியது. ஹரியானா மாநிலத்தில் கயா இலால் (Gaya Lal) என்ற உறுப்பினர், 1967இல் இரண்டே வாரங்களில் மூன்று முறை கட்சிகள் மாறினார். "Aya Ram; Gaya Ram" என்று இவரைப் பற்றிக் கிண்டலாகக் குறிப்பிட்டனர். பதவிக்காகவும்

பணத்திற்காகவும் கட்சிகள் தாவும் உறுப்பினர்களை அவ்வாறு குறிப்பிடும் நடைமுறை அப்போதுமுதல் புழக்கத்திற்கு வந்தது. 1969இல் நிகழ்ந்த காங்கிரஸ் கட்சிப் பிளவிற்குப் பிறகு இது இன்னும் அதிகமானது. மார்ச் 1967 முதல் மார்ச் 1970 வரை மூன்றாண்டுகளில் நடைபெற்ற கட்சித்தாவல்களின் எண்ணிக்கை- 1875! உ.பி, ம.பி மற்றும் பீகார் ஆகிய மூன்று மாநில சட்டமன்ற உறுப்பினர்கள் இத்துறையில் பல சாதனைகளைப் (!) புரிந்த வண்ணமிருந்தனர். இதன் விளைவால், பல்வேறு மாநில ஆட்சிகள் கலைந்தன. மக்களாட்சியே கேலிக்கூத்தானது.

கட்சித்தாவல் நடப்பதைத் தடுக்கப் பல்வேறு நடவடிக்கைகள் துவங்கப்பட்டன. எதையும் நிறைவேற்ற முடியாத சூழல் நிலவியது. 1967இல் P.வெங்கடசுப்பையா (P.Venkatasubbaiah) என்ற உறுப்பினர் (பின்னாளில் பீகார் மற்றும் கர்நாடக மாநில ஆளுநராகவும், மத்திய இணை அமைச்சராகவும் பணியாற்றியவர்), கட்சித்தாவல் நடைபெறுவதைத் தடுக்கும் வழிமுறைகள் குறித்து ஆலோசித்து எடுத்துரைக்க ஒரு குழுவை நியமிக்கும் தீர்மானம் ஒன்றை மக்களவையில் கொண்டுவந்தார். அன்றைய உள்துறை அமைச்சர் YB சவான் தலைமையில் குழு அமைக்கப்பட்டது. JP,மது லிமாயே, மோகன் குமாரமங்கலம், K.அன்பழகன் போன்ற பல முக்கியப் பிரமுகர்கள் அக்குழுவில் இடம் பெற்றிருந்தனர். பல்வேறு கட்ட விவாதங்களுக்குப் பிறகு, தன்னுடைய அறிக்கையை 1969 பிப்ரவரியில் அக்குழு நாடாளுமன்றத்திடம் சமர்ப்பித்தது. அதன் மீது எந்த நடவடிக்கையும் எடுக்க முடியாமல் போனது.

கட்சித்தாவல் குறித்த ஷரத்துகளை அரசியலமைப்புச் சட்டத்தில் சேர்க்க, அரசியலமைப்புச் சட்டத்தின் முப்பத்திரண்டாவது திருத்தத்திற்கான மசோதா (bill) நான்காண்டுகள் கழித்துக் கொண்டுவரப்பட்டது (1973). கட்சித்தாவலில் ஈடுபடும் உறுப்பினர்களைத் தகுதி நீக்கம் செய்யும் நோக்கத்துடன் அறிமுகம் செய்யப்பட்ட இந்த மசோதாவையும் நிறைவேற்ற இயலாமல் போனது. ஜனதா கட்சி ஆட்சியமைத்த போதும் இதுகுறித்த முயற்சிகள் மேற்கொள்ளப்பட்டன. அரசியலமைப்புச் சட்டத்தின் நாற்பத்தெட்டாவது திருத்தத்திற்கான மசோதா, 1978ஆம் ஆண்டு அறிமுகம் செய்யப்பட்டது. பலத்த எதிர்ப்புகள் எழவே, இம்மசோதா வாபஸ் பெறப்பட்டது. இறுதியாக, 1984

தேர்தலில் காங்கிரஸ் பெருவெற்றி பெற்று, ராஜீவ் காந்தி ஆட்சியமைத்தபோது, கட்சித்தாவல் தடை குறித்த சட்டத்தை இயற்ற முடிந்தது. 1985ஆம் ஆண்டில் அரசியலமைப்புச் சட்டத்தின் ஐம்பத்திரண்டாவது திருத்தத்திற்கான மசோதா தாக்கல் செய்யப்பட்டு நிறைவேற்றப்பட்டது.

கட்சித்தாவலில் ஈடுபடும் உறுப்பினர்களைத் தகுதிநீக்கம் செய்யும் வழிவகைகள் நடைமுறைக்கு வந்தன. அரசியலமைப்புச் சட்டத்தில் பத்தாவது அட்டவணை *(Tenth Schedule)* சேர்க்கப்பட்டு, இதுகுறித்த வழிமுறைகள் அதில் சேர்க்கப்பட்டன. உறுப்பினர் தகுதிநீக்கம் குறித்த இறுதி முடிவை எடுக்கும் அதிகாரம் அவைத்தலைவரிடம் அளிக்கப்பட்டது. இச்சட்டம் நடைமுறைக்கு வந்தபின்னும் கட்சித்தாவல்கள் நடந்தன என்றாலும், அவற்றின் எண்ணிக்கை கணிசமாகக் குறைந்தது. இச்சட்டத்தை இன்னும் வலுவாக்கும் வண்ணம் அரசியலமைப்புச் சட்டத்தின் தொண்ணூற்று ஒன்றாவது திருத்தம், 2003ஆம் ஆண்டில் நிறைவேற்றப்பட்டது.

கட்சித்தாவலைத் தடை செய்த திருப்புமுனை, ராஜீவின் ஆட்சிக்காலத்தில் நிகழ்ந்தது.

உதவிய நூல்கள், கட்டுரைகள்:

1) *"Anti-Defection law in India and the Commonwealth"- G.C. Malhotra- Lok Sabha Secretariat.*

2) *"Aya Ram Gaya Ram: The politics of defection"- Paras Diwan- Journal of the Indian Law Institute, Vol. 21, No. 3 (July-September 1979)- accessed from https://www.jstor.org/stable/43950639.*

★★★

19. நிஜம் உணரா நிஜாம்!

விடுதலை அடைவதற்கு முன்பிருந்த சுதேச சமஸ்தானங்களுள் மிக முக்கியமானதாக விளங்கியது ஹைதராபாத். கிளிச் கான் (Qilich Khan) என்பவரால் உருவாக்கப்பட்ட ஹைதராபாத் சமஸ்தானத்தின் மன்னர்கள், "நிஜாம்" (Nizam) என்று அழைக்கப்பட்டனர். நாடு விடுதலை அடைந்த சமயத்தில் ஹைதராபாதின் மன்னராக விளங்கிய நிஜாம் மீர் உஸ்மான் அலி கான் பகதூர்(Mir Usman Ali Khan Bahadur), உலகின் மிகப்பெரும் பணக்காரர்களுள் ஒருவராக அறியப்பட்டிருந்தார். ஹைதராபாத் சமஸ்தானத்தின் அன்றைய ஆண்டு வருவாய் ரூ.26 கோடி! தவிரவும், ஆங்கிலேய அரசாங்கத்தின் நம்பிக்கைக்குரிய நண்பராகவும் இவர் அறிவிக்கப்பட்டிருந்தார். ஹைதராபாத் சமஸ்தானத்தின் மொத்த மக்கள்தொகையில் 15% மட்டுமே இஸ்லாமியர்கள். இருப்பினும், ஆட்சி நிர்வாகம், காவல்துறை மற்றும் இராணுவம் ஆகியவற்றில் இஸ்லாமியர்களே பெரும்பான்மையான பதவிகளில் இருந்தனர். இந்துக்கள் ஓரங்கட்டப்பட்டிருந்தனர். 1946இல் ஹைதராபாதில் உருவாக்கப்பட்ட சட்டமன்றத்தில் 71 உறுப்பினர்கள் இஸ்லாமியர்கள்; 61 உறுப்பினர்கள் மட்டுமே இந்துக்கள்.

இந்திய விடுதலை குறித்த திட்டம் அறிவிக்கப்பட்டவுடன், நிஜாம் ஓர் அறிவிப்பை வெளியிட்டார். ஆகஸ்ட் 15க்குப் பிறகு

ஹைதராபாத் தனி நாடாகத் திகழ்வதற்கான உரிமையைப் பெற்றிருக்கிறது என்று அதில் கூறியிருந்தார். தன்னுடைய சமஸ்தானத்திற்கு டொமினியன் அந்தஸ்து பெற்று, பிரிட்டிஷ் காமன்வெல்த் நாடுகளுள் ஓர் உறுப்பினராகச் சேர்வதே தம்முடைய லட்சியமென்றும் அவர் அதில் அறிவித்திருந்தார். ஆனால், இந்திய விடுதலைச் சட்டத்தின் விதிகள் இவற்றை அனுமதிக்கவில்லை. இந்தியாவுடனோ அல்லது பாகிஸ்தானுடனோ இணையவேண்டும் என்பதே சுதேச சமஸ்தானங்கள் குறித்து அச்சட்டத்தில் குறிப்பிடப்பட்டிருந்தது. எனவே, இந்தியா அல்லது பாகிஸ்தான் ஆகிய இரண்டில், ஏதேனும் ஒன்றைத் தேர்ந்தெடுத்தே ஆகவேண்டிய கட்டாயத்திற்குத் தள்ளப்பட்டார் நிஜாம். எனவே, தன்னுடைய லட்சியம் குறித்துப் பேச்சுவார்த்தை நடத்த ஒரு குழுவை அமைத்து தில்லிக்கு அனுப்பி வைத்தார்.

இந்திய உள்துறை அமைச்சகத்தின் கீழ்ச் செயல்பட்ட மாநிலங்கள் துறை *(States Department)*, சுதேச சமஸ்தானங்களை இந்தியாவுடன் இணைப்பது குறித்துக் கையாண்டு வந்தது. குறிப்பாக, *V.P.*மேனன் என்ற அதிகாரி இது குறித்த பேச்சுவார்த்தைகளில் இந்திய அரசின் சார்பில் ஈடுபட்டார். எழுத்தராக அரசுப்பணியில் சேர்ந்த *V.P.*மேனன், படிப்படியாகப் பதவி உயர்வு பெற்று மாநிலங்கள் துறையின் செயலாளர் ஆகி, சர்தார் படேலின் கீழ் பணிபுரிந்தவர். பிற *ICS* அதிகாரிகள் அவரை “குமாஸ்தா மேனன்” *(Babu Menon)* என்று பொறாமையோடு கிண்டலாகக் குறிப்பிட்டதுண்டு. ஹைதராபாத் சமஸ்தானத்தை இந்தியாவுடன் இணைக்க வேண்டுமென்ற கருத்தில், மேனன் மிக உறுதியாக இருந்தார். எனவே, நிஜாம் அனுப்பி வைத்த குழுவோடு பல்வேறு முறை பேச்சுவார்த்தைகளில் ஈடுபட்டார்.

இந்தியாவோடு ஹைதராபாத் இணையும் பட்சத்தில், ஹைதராபாதில் இஸ்லாமியர்களின் மேலாதிக்கம் பாதிப்புக்கு உள்ளாகுமோ என்ற எண்ணத்தின் விளைவே நிஜாமின் நிலைப்பாடு. இணைப்பு ஒப்பந்தத்தில் *(Instrument of Accession)* ஹைதராபாத் கையெழுத்திட வேண்டும் என்று மேனன் வற்புறுத்தினார். ஆனால், ஆங்கிலேய ஆட்சியின்போது ஹைதராபாத் உடனான அதனுடைய உறவு எப்படி இருந்ததோ, அந்த அளவிலேயே இந்திய அரசுடனான உறவும் ஹைதராபாத் சமஸ்தானத்தோடு இருக்கவேண்டும் *(Standstill)* என்று நிஜாம் கூறிவந்தார். ஹைதராபாத்

சமஸ்தான விஷயத்தில் இந்திய அரசிற்கு இன்னொரு தலைவலி இருந்தது- இரசாக்கர்கள் *(Razakars)*. இத்தேஹத்-துல்-முஸ்லிமீன் *(Ittehad-ul-Muslimeen)* என்ற இஸ்லாமிய வகுப்புவாத அமைப்பின் படைவீரர்களாக இவர்கள் அறியப்பட்டனர். இதன் தலைவர் காசிம் ரஸ்வி *(Kazim Razvi)*. இஸ்லாமியர்களுடைய மேலாதிக்கத்தை வலியுறுத்திய இவர்கள், இந்தியாவோடு ஹைதராபாத் சமஸ்தானம் இணைவதை எதிர்த்தனர். பேச்சுவார்த்தை முக்கிய கட்டத்தை எட்டி, ஒப்பந்தத்தில் *(Standstill agreement)* இந்திய அரசும், ஹைதராபாத் அரசும் கையெழுத்திடும் நிலைக்குச் சென்றபோது, ரசாக்கர்கள் இடைமறித்தனர். நிஜாமால் நியமிக்கப்பட்ட பேச்சுவார்த்தைக் குழுவின் உறுப்பினர்கள் தில்லி செல்வதிலிருந்து தடுக்கும் வண்ணம், அவர்களுடைய வீட்டைச் சுற்றி முப்பதாயிரம் ரசாக்கர்கள் நிறுத்தி வைக்கப்பட்டு அச்சுறுத்தப்பட்டனர். இவர்களுடைய தீவிரவாதப் போக்கை நிஜாமால் கட்டுப்படுத்த இயலாமல் போனது.

இந்திய அரசோடு இணையக்கூடாதென்று வற்புறுத்திய காசிம் ரஸ்வி, மீண்டும் பேச்சுவார்த்தையைத் துவக்கலாமென்று கருத்து தெரிவித்தார். ஏற்கனவே காஷ்மீர் விஷயத்தில் பாகிஸ்தானோடு இந்தியா போரில் ஈடுபட்டிருந்த அக்காலகட்டத்தில், ஹைதராபாத் சமஸ்தானமும் இந்தியாவோடு முரண்டுபிடித்தது. இந்திய அரசின் கைகள் கட்டப்பட்டிருந்த அந்தச் சூழலில், ஹைதராபாத் சமஸ்தானத்திற்கெதிராக எவ்வித ராணுவ நடவடிக்கையையும் இந்திய அரசு மேற்கொள்ளாதென்று காசிம் ரஸ்வி நம்பினார். ரஸ்வியின் எண்ணப்போக்கில் நிஜாமும் உடன்பட்டார். இந்திய அரசோடு பேச, இன்னொரு பேச்சுவார்த்தைக் குழு அமைக்கப்பட்டது. ஹைதராபாத் சமஸ்தானத்தின் தலையெழுத்தை எழுதும் எல்லா அதிகாரமும் தன்னிடமே இருப்பதாக காசிம் ரஸ்வி எண்ணத் துவங்கினார். தில்லிக்கு வந்து படேலிடமும், மேனனிடமும் பேசினார். இந்தியாவோடு இணைவது குறித்து ஹைதராபாத் சமஸ்தான மக்களிடையே வாக்கெடுப்பு நடத்தலாம் என்று மேனன் கருத்து தெரிவித்ததைக் கடுமையாக எதிர்த்தார். அவ்வாறு இந்திய அரசு வாக்கெடுப்பிற்கு வலியுறுத்தினால், இறுதி முடிவை வாள்தான் தீர்மானிக்கும் என்று திமிராகக் கூறினார். இத்தகைய பொறுப்பற்ற அணுகுமுறை ரஸ்வியையும், நிஜாமையும் பேரழிவிற்கே இட்டுச்செல்லும் என்று மேனன் எச்சரித்தார்.

ஹைதராபாத் சமஸ்தானத்தோடு அமைதியாகச் செல்லவே விரும்பிய இந்திய அரசு, தொடர்ந்து பேச்சுவார்த்தையில் ஈடுபட்டது. பலகட்ட பேச்சுவார்த்தைகளுக்குப் பிறகு, இந்திய அரசும் ஹைதராபாத் அரசும் ஒப்பந்தத்தில் கையெழுத்திட்டன *(Standstill agreement)*. நவம்பர் *29,1947* அன்று கையெழுத்திடப்பட்ட இந்த ஒப்பந்தம், ஒரு வருடம் வரை செல்லுபடியாகும் என்றும் இரு சாராராலும் ஒப்புக்கொள்ளப்பட்டிருந்தது. "ஒரு வருடத்திற்கு நிம்மதியாக இருக்கலாம்!" என்று இந்த ஒப்பந்தம் குறித்து நேரு கருத்து தெரிவித்திருந்தார். ஏனெனில், "எங்கே பாகிஸ்தானின் பக்கம் ஹைதராபாத் சாய்ந்துவிடுமோ?" என்ற கவலை இந்திய அரசிடம் இருந்தது. இக்கவலையை இன்னும் பெரிதாக்கும் விதமாகவே நிஜாமின் செயல்பாடுகள் இருந்தன- ஒப்பந்தம் கண்ட பிறகும்!

இந்திய அரசின் கரன்சி, ஹைதராபாத் சமஸ்தானத்தில் செல்லாது என்ற அவசரச் சட்டம் நிஜாம் அரசால் பிறப்பிக்கப்பட்டது (தனியாகக் கரன்சி வெளியிடும் உரிமையை, ஆங்கிலேயர் ஆட்சிக் காலத்திலேயே நிஜாம் பெற்றிருந்தார்.எனவே, அவர் வெளியிட்ட கரன்சிக்களே ஹைதராபாத் சமஸ்தானத்தில் புழக்கத்தில் இருந்தன). தவிரவும், ஹைதராபாத் சமஸ்தானத்திலிருந்து இந்தியாவிற்கு ஏற்றுமதி செய்யப்படும் உலோகங்கள் மீது பல்வேறு கட்டுப்பாடுகள் விதிக்கப்பட்டன. இவை போதாதென்று, ஹைதராபாத் அரசின் மக்கள் தொடர்பு அதிகாரியாக பாகிஸ்தானின் கராச்சியில் ஒருவர் பணியமர்த்தப்பட்டார். மேலும், பாகிஸ்தான் அரசிற்குக் கடனாக ரூ.இருபது கோடி நிஜாமால் அளிக்கப்பட்டது. இவை அனைத்தும், இந்திய அரசைக் கலந்தாலோசிக்காமல் ஹைதராபாத் அரசால் தன்னிச்சையாக அறிவிக்கப்பட்டன. ஒப்பந்தத்தை மீறி ஹைதராபாத் அரசு நடப்பதாக இந்திய அரசு நிஜாமிற்குக் கடிதம் அனுப்பியது. ஹைதராபாத் சமஸ்தானத்திற்குள் பொருட்கள் வருவதில் இந்திய அரசு கட்டுப்பாடுகள் விதிப்பதாகப் பதில் கடிதத்தில் ஹைதராபாத் அரசால் புகார் எழுப்பப்பட்டிருந்தது. இருதரப்பு உறவும் சரியான அலைவரிசையில் இல்லை என்பது அனைவருக்கும் புரிந்துபோனது.

இது போதாதென்று, இந்தியாவிற்கெதிரான பல்வேறு கோஷங்களை காசிம் ரஸ்வி எழுப்பியவண்ணம் இருந்தார். இஸ்லாமிய மேலாதிக்கத்தின் குறிக்கோள் அடையப்படும் வரை ஹைதராபாத்

முஸ்லிம்கள் தங்கள் வாள்களை உறையில் வைக்க வேண்டாம் என்று அவர் வலியுறுத்தினார். எதிரிகளை விரட்ட, ஒரு கையில் திருக்குரானையும் மறு கையில் வாளையும் ஏந்தி முன்னேறுமாறு இஸ்லாமியர்களை அறிவுறுத்தினார். இந்திய ஒன்றியத்தில் உள்ள நாற்பத்தைந்து மில்லியன் முஸ்லிம்கள் எந்தவொரு மோதலிலும் அவர்களோடு துணை நிற்பார்கள் என்றும் பேசினார். இதற்கெல்லாம் நிஜாம் தரப்பிலிருந்து எவ்வித எதிர்ப்பும் வரவில்லை. மாறாக, இவ்வாறெல்லாம் காசிம் ரஸ்வி பேசவேயில்லையென்று சாதித்தனர். காசிம் ரஸ்வியின் பேச்சினால் தூண்டப்பெற்ற இரசாக்கர்கள், நாசவேலைகளில் ஈடுபடத் துவங்கினர். இந்துக்கள் குறிவைக்கப்பட்டனர். வீடுகள் அழிக்கப்பட்டன. பெண்கள் கற்பழிக்கப்பட்டனர். குழந்தைகள், முதியவர்கள் என்றெல்லாம் பார்க்காமல் பல இந்துக்கள் கொல்லப்பட்டனர். இந்துக்கள் மட்டுமல்ல- இரசாக்கர்களின் நிலைப்பாட்டை ஒப்புக்கொள்ளாத இஸ்லாமியர்களும் இவ்வாறே கொல்லப்பட்டனர். பலர் ஹைதராபாத் சமஸ்தானத்தை விட்டு வெளியேறி, அண்டை மாநிலங்களில் தஞ்சமடைந்தனர். ஹைதராபாத் சமஸ்தானத்தின் வழியாகச் செல்லும் புகைவண்டிகளிலும் தாக்குதல்கள் மேற்கொள்ளப்பட்டன. பலர் கொல்லப்பட்டனர். நிலைமை கட்டுக்கடங்காமல் போனது. ராணுவப் பாதுகாப்பு கோரி, அண்டை மாநில அரசுகள் மத்திய அரசிடம் வேண்டுகோள் விடுத்தன. நிஜாமின் அரசோ எவ்வித அசம்பாவிதமும் நடக்காதது போல் நடந்துகொண்டது. ஐநாவின் பாதுகாப்புக் கவுன்சிலிடம் சென்று இந்தியாவிற்கெதிராக முறையிட்டது. இந்த விஷயத்தில் தலையிட்டு மத்தியஸ்தம் செய்யுமாறு அமெரிக்க அதிபரிடம் கோரிக்கை வைத்தது.

“ஹைதராபாத் மீது ஏதேனும் அழுத்தம் கொடுக்க காங்கிரஸ் முயன்றால், இந்தியா முழுவதும் உள்ள ஒவ்வொரு முஸ்லிமும், இந்தியாவின் பழமையான முஸ்லிம் வம்சத்தைப் பாதுகாக்க ஒரே அணியாக எழுவார்கள்” என்று ஜின்னா வேறு மவுண்ட்பேட்டனிடம் ஏற்கனவேயே பயமுறுத்தியிருந்தார். இன்னொரு மதச்சண்டையை உருவாக்க வேண்டாமென்றே இந்திய அரசு அதுநாள் வரை ஹைதராபாத் விஷயத்தில் பொறுமை காத்தது. இந்திய கவர்னர் ஜெனரலாகப் பதவி வகித்த மவுண்ட்பேட்டனும் பேச்சுவார்த்தைகளின் மூலமாகத்

தீர்வு கிடைக்குமென்று நம்பினார். தன்னுடைய நம்பிக்கை பொய்த்துப்போனதைக் கண்டவாறே, மவுண்ட்பேட்டன் ஜூன் 1948இல் பதவி விலகி இங்கிலாந்திற்குச் சென்றார். "சுதந்திர ஹைதராபாத் என்பது இந்தியாவின் வயிற்றுப் பகுதியில் ஏற்பட்ட புற்றுநோய்!" என்று சர்தார் படேல் ஒருமுறை குறிப்பிட்டிருந்தார். அத்தகைய சூழலை நோக்கியே ஹைதராபாத்தில் சம்பவங்கள் நடக்கின்றன என்பதை இந்திய அரசு புரிந்துகொண்டது.

ஹைதராபாத் மீது ராணுவ நடவடிக்கை எடுப்பதே சரியான தீர்வு என்று இந்திய அரசு செப்டம்பர் 9,1948 அன்று முடிவெடுத்தது. பாகிஸ்தான் கவர்னர் ஜெனரலான ஜின்னா செப்டம்பர் 11,1948 அன்று காலமானார். காய்கள் வேகமாக நகர்த்தப்பட்டன. "ஆபரேஷன் போலோ" *(Operation Polo)* என்று பெயரிடப்பட்ட இந்திய ராணுவ நடவடிக்கை, செப்டம்பர் 13,1948 அன்று மேற்கொள்ளப்பட்டது. நூற்றியெட்டு மணிநேரத்தில் இந்திய இராணுவம் வெற்றியடைந்தது. ஹைதராபாத் சமஸ்தானம் இந்தியாவுடன் இணைக்கப்பட்டது. காசிம் ரஸ்வி கைது செய்யப்பட்டார். இரசாக்கர்கள் அழிக்கப்பட்டனர். ரஸ்வியும் ஜின்னாவும் பயமுறுத்தியதைப் போல, கோடிக்கணக்கான இஸ்லாமியர்கள் இந்திய இராணுவ நடவடிக்கைக்கு எதிராகச் சண்டையிடவில்லை. கராச்சியில் ஐயாயிரம் பாகிஸ்தானியர்கள் இந்திய ஹைகமிஷனின் முன்பு போராட்டம் நடத்தினர். எதிர்ப்புக்குரல்கள் ஒன்றிரண்டு என்ற அளவிலேயே எழும்பி அமைதியாயின.

இன்று இந்தியாவின் முக்கியமான மாநகரங்களுள் ஒன்றாக ஹைதராபாத் திகழ்கிறது. "ஆபரேஷன் போலோ" எடுக்கப்படாமல் போயிருந்தால், ஹைதராபாத் இன்னொரு காஷ்மீராக ஆகியிருக்கக்கூடும். தன்னுடைய ஒருமைப்பாட்டை விலையாகக் கொடுத்து அமைதியைப் பெற, இந்தியா ஒருபோதும் நினைக்காது என்பதை உலகிற்கு உணர்த்தும் விதமாக ஏற்பட்ட திருப்புமுனைதான் "ஆபரேஷன் போலோ".

உதவிய நூல்கள்:

1) *"The story of integration of the Indian States"-V.P.Menon- Longmans, Green and Co.*

2) *"India after Gandhi"- Ramachandra Guha- Picador India.*

★★★

20. எரிபொருளும் அடகுப் பொருளும்!

பிரதமர் பதவியிலிருந்து வி.பி.சிங் விலகியிருந்தார். அவருக்குப் பிறகு நவம்பர் 10,1990 அன்று அப்பதவியில் சந்திரசேகர் அமர்ந்தார். வெறும் 64 நாடாளுமன்ற உறுப்பினர்களின் ஆதரவைப் பெற்றிருந்த சந்திரசேகரை, 195 உறுப்பினர்கள் கொண்ட ராஜீவ் வெளியிலிருந்து ஆதரித்தார். எனவே, காங்கிரசின் உதவியால் சந்திரசேகர் பிரதமரானார். பதவியேற்ற உடனே, ஒரு முக்கியமான விஷயத்தில் சந்திரசேகர் முடிவெடுக்கும்படி ஆனது.

குவைத் நாட்டின் மீது படையெடுத்து, அந்நாட்டை வளைத்துப் போட்டார் இராக் அதிபர் சதாம் உசேன் (ஆகஸ்ட் 1990). அமெரிக்கா இதை வன்மையாகக் கண்டித்தது. சதாம் உசேனின் அடுத்த இலக்கு சவுதி அரேபியாதான் என்று அது அடித்துச் சொன்னது. அமெரிக்கா கத்தியதால், பிற ஐரோப்பிய நாடுகளும் குரல் கொடுத்தன. எனவே, ஐநாவும் குரலெழுப்பியது. பல நாடுகளும் ஓரணியில் திரண்டு இராக் தேசத்தோடு சண்டையிட்டன. “பாலைப் புயல் செயல்திட்டம்” *(Operation Desert Storm)* என்ற பெயரில் இராக் மீது படையெடுத்தன. வளைகுடா போர் தொடங்கியது (ஜனவரி 1991). போர்மேகங்கள் சூழ்ந்த நிலையில், அமெரிக்கப் போர் விமானங்கள் பிலிப்பைன்ஸ் நாட்டிலிருந்து வளைகுடா பகுதி நோக்கிப் பறந்துகொண்டிருந்தன. தன்னுடைய போர் விமானங்கள் இடையில் இந்தியாவில் தரையிறங்கி, எரிபொருளை

நிரப்பிக்கொள்ள அனுமதி அளிக்குமாறு இந்திய அரசிடம் அமெரிக்கா கோரிக்கை வைத்தது. அமெரிக்காவிற்கு அனுமதி அளிக்கலாமா? வேண்டாமா? என்ற முக்கியமான விஷயத்தில் சந்திரசேகர் அரசு முடிவெடுக்கும்படி ஆனது.

ஒருவேளை அமெரிக்காவின் கோரிக்கையை ஒப்புக்கொண்டு அனுமதி அளித்தால், வளைகுடா போர் முயற்சியில் அமெரிக்காவிற்கு ஆதரவு அளித்தது போலாகிவிடும் என்பது ஒருபுறம் இருக்கட்டும்; காஷ்மீர் பிரச்சனையில் இந்தியாவிற்கு ஆதரவுக்குரல் தந்த ஒரே அரபுதேசமான இராக் நாட்டிற்கு எதிராக இம்முடிவு அமையும் என்பதுதான் இதில் முக்கியச் சிக்கல். அடிப்படையில் சோஷலிசவாதியான சந்திரசேகருக்கு, அமெரிக்காவின் கோரிக்கையை ஏற்பதில் தயக்கமிருந்தது. அப்படியென்றால், கண்ணை மூடிக்கொண்டு அமெரிக்காவின் கோரிக்கையை மறுத்துவிடலாம் அல்லவா? அதிலும் ஒரு சிக்கல் இருந்தது.

அப்போதைய இந்தியப் பொருளாதாரம் அதல பாதாளத்தில் இருந்தது. அந்நியச் செலாவணி கையிருப்பும் மிக மோசமான நிலையில் இருந்தது. கடனளித்துக் கரைசேர்க்குமாறு திசம்பர் 1990இல் IMF நிறுவனத்திடம் விண்ணப்பித்திருந்தோம். அமெரிக்கா தலையசைத்தால்தான் IMF நமக்குக் கடனளிக்கும். எனவே, அமெரிக்காவைப் பகைத்துக்கொள்ளக் கூடாது. அப்படியென்றால், காஷ்மீர் பிரச்சனையில் நமக்கு ஆதரவளித்த சதாம் உசேனுக்கு எதிராகச் செயல்படுவதா என்ற கேள்வியும் எழுந்தது. குவைத் தேசத்தை இராக் ஆக்ரமித்ததன் விளைவாகக் கச்சா எண்ணெயின் விலை கடுமையாக அதிகரித்தது. இதன் விளைவால், இந்தியாவின் அந்நிய செலாவணி கையிருப்பும் விரைவாகக் குறைந்தது. தவிரவும், குவைத் நாட்டில் வேலை பார்த்துவந்த இந்தியர்களை அங்கிருந்து அப்புறப்படுத்திப் பாதுகாப்பாக இந்தியா அழைத்து வருவதிலும் நிறைய சிக்கல்கள் இருந்தன. இவற்றுக்கெல்லாம் ஆதி காரணமான சதாம் உசேனை எதிர்க்கும் விதமாக முடிவெடுப்பதில் தவறில்லை என்று கருதப்பட்டது.

ஏற்கனவே 1981இல் கடன் கேட்டு IMF நிறுவனத்தை இந்தியா அணுகியபோது, கடன் தருவதில் அமெரிக்கா கடுமை காட்டியது. ஒருவேளை IMF கடன் தராமல் இருக்கும்படி அமெரிக்கா

செயலாற்றினால், சோவியத் ரஷ்யாவின் பக்கம் இந்தியா இன்னும் அதிகமாகச் சாயும் என்பது அமெரிக்காவிற்கு உணர்த்தப்பட்டது. அதற்குப் பிறகே, *IMF* இந்தியாவிற்குக் கடனளித்தது. *1981*இல் கடைப்பிடித்த அதே யுக்தியை *1991*இல் இந்தியா கடைபிடிக்கவில்லை. ஏனெனில், சோவியத் இரஷ்யாவின் நிலைமையே அப்போது சரியாக இல்லை. இதையும் கருத்தில் கொண்ட சந்திரசேகர், அமெரிக்காவிற்கு உதவ முன்வந்தார். அமெரிக்காவிற்கு அனுமதி அளிக்கப்பட்டது. இந்த முடிவு இரகசியமாக வைக்கப்பட்டது.

சென்னை, பம்பாய், ஆக்ரா ஆகிய விமான நிலையங்களில் அமெரிக்கப் போர்விமானங்கள் இறங்கி எரிபொருள் நிரப்ப அனுமதிக்கப்பட்டது. இந்த விமானங்களைச் சோதனை செய்வதிலிருந்து விலக்களிக்கப்பட்டது. பொதுமக்கள் பயன்பாட்டுக்காக உள்ள சென்னை, பம்பாய் விமான நிலையங்களோடு, இந்திய இராணுவம் மட்டுமே பயன்படுத்தும் ஆக்ரா விமான நிலையமும் அமெரிக்க விமானங்களுக்கு அனுமதிக்கப்பட்டன என்பதை அமெரிக்கா உணர்ந்தது. விளைவு, முதற்கட்டமாக *IMF* நிறுவனத்தால் *1.8* பில்லியன் அமெரிக்க டாலர்கள் இந்தியாவிற்குக் கடனாக அளிக்கப்பட்டது. பின்னாளில், நாம் கேட்டிருந்த கடன்தொகை முழுவதும் *IMF* நிறுவனத்தால் அளிக்கப்பட்டதற்கு, அமெரிக்காவின் சம்மதம் முக்கியக் காரணமாக அமைந்தது. எரிபொருளை நிரப்பிக்கொள்ள சந்திரசேகர் அரசு அளித்த அனுமதி, அதற்கு அடிப்படைக் காரணமாக விளங்கியது.

பதவியை ராஜினாமா செய்து காபந்து அரசை நடத்திக் கொண்டிருந்தபோதும், சந்திரசேகர் அரசு ஒரு முக்கியமான முடிவை எடுத்தது. முந்தைய ஆட்சிகளில் எடுக்கப்பட்ட தவறான முடிவுகளாலும், வளைகுடா போரின் விளைவாலும் இந்தியப் பொருளாதார நிலை மிக மோசமான நிலைக்குச் சென்றது. வெளிநாடு வாழ் இந்தியர்கள் தத்தம் இந்திய முதலீடுகளை எல்லாம் வெளியில் எடுக்கத் துவங்கினர். இரண்டு வார இறக்குமதிக்குத் தேவையான அந்நிய செலாவணி மட்டுமே கையிருப்பில் இருந்தது. வெளிநாடுகளில் வாங்கிய கடன்களைத் திருப்பித்தர முடியாத நிலையில் இந்தியா தவித்தது. சுருக்கமாகச் சொல்லப்போனால், திவாலாகும் நிலை நோக்கி இந்தியா சென்று கொண்டிருந்தது.

வீட்டின் அவசரத் தேவைக்காகத் தங்கத்தை அடமானம் வைப்பதைப் போல, நாட்டின் அவசரத் தேவைக்காகத் தங்கம் அடமானம் வைக்கப்பட்டது. இதே முடிவை எடுக்கச் சொல்லி அதிகாரிகளால் ஆலோசனை வழங்கப்பட்டபோது, முந்தைய பிரதமர் வி.பி.சிங் மறுத்திருந்தார். அதுவரையில் எந்த இந்தியப் பிரதமரும் எடுக்கத் துணியாத இம்முடிவை, சந்திரசேகர் எடுத்தார். இருநூறு மில்லியன் அமெரிக்க டாலர்கள் மதிப்புள்ள இருபது மெட்ரிக் டன் எடைகொண்ட தங்கம் அடமானம் வைக்கப்படும் என்று முடிவெடுக்கப்பட்டது. பின்னாளில் நரசிம்மராவ் அரசும் இதே முடிவை எடுத்து, மேற்கொண்டு தங்கத்தை அடமானம் வைத்தது. இவற்றின் விளைவாகக் கிடைத்த தொகையைக்கொண்டு, அடைக்க வேண்டிய கடன்களை அடைத்தது இந்தியா.

IMF நிறுவனத்தை அணுகிக் கடன் கேட்டது, அக்கடன்தொகையைப் பெறுவதில் சிக்கல் ஏற்படாமல் இருப்பதற்காக அமெரிக்காவிற்கு உதவியது, தங்கத்தை அடமானம் வைக்க முடிவெடுத்தது என்று பல முக்கியமான திருப்புமுனை முடிவுகளை சந்திரசேகர் அரசு எடுத்ததன் விளைவாக, நாடு திவால் ஆவதிலிருந்து தப்பித்தது.

உதவிய நூல்கள்:

1) *1991 - How P.V. Narasimha Rao made history- Sanjaya Baru- Aleph Book Company.*

2) சதாம் ஹுசைன் வாழ்வும் இராக்கின் மரணமும் - பா.ராகவன்- கிழக்கு பதிப்பகம்.

3) *To the brink and back- India's 1991 Story- Jairam Ramesh- Rupa Publications.*

4) *The future of Indian Economy- Past reforms and challenges ahead- Yashwant Sinha and Vinay K. Srivastava- Rupa Publications.*

★★★

S.நடராஜன். சிவில் இன்ஜினீயரிங் பட்டதாரியான இவர், மென்பொருள் துறையிலும், தமிழக நெடுஞ்சாலைத் துறையிலும், பிற்பாடு வங்கியிலும் பணிபுரிந்து, தற்சமயம் இந்திய ரயில்வேயில் இயக்குநராகப் புது தில்லியில் பணியாற்றி வருகிறார்.

'மக(ர்)ராசன்' என்ற தலைப்பில் பாபா சாகேப் டாக்டர் அம்பேத்கர் அவர்களைக் குறித்த கட்டுரைத் தொகுப்பைத் தன்னுடைய முதல் நூலாக எழுதிய இவர், வரலாற்றுச் சம்பவங்களின் வழியே திருக்குறளை விளக்கும் பாணியில், 'வரலாறும் வள்ளுவமும்' என்ற நூலையும் எழுதியுள்ளார்.

இது இவருடைய மூன்றாவது நூல்.

www.ingramcontent.com/pod-product-compliance
Lightning Source LLC
LaVergne TN
LVHW060416051026
849518LV00007B/2569
* 9 7 8 9 3 4 8 4 3 9 1 8 5 *